ഓവർകോട്ട്

the overcoat

•

nikolai gogol

•

translation
sarath mannur

•

first edition
september 2011

•

typesetting
star communications, thiruvananthapuram

•

•

published
chintha publishers, thiruvananthapuram

•

cover
ashras rashad

•

വിതരണം

ദേശാഭിമാനി ബുക്ക് ഹൗസ്

H O തിരുവനന്തപുരം–695 001

ബ്രാഞ്ചുകൾ

ഓവർബ്രിഡ്ജ് തിരുവനന്തപുരം • കെ എസ് ആർ ടി സി ബസ് സ്റ്റേഷൻ ആലപ്പുഴ • കെ എസ് ആർ ടി സി ബസ് സ്റ്റേഷൻ എറണാകുളം • ഐ ജി റോഡ് കോഴിക്കോട് • മാവൂർ റോഡ് കോഴിക്കോട് • എൻ ജി ഒ യൂണിയൻ ബിൽഡിങ് കണ്ണൂർ • സെൻട്രൽ ബസ് ടെർമിനൽ കോംപ്ലക്സ് താവക്കര കണ്ണൂർ • മച്ചിങ്ങൽ ലെയ്ൻ തൃശൂർ

CO - 1641 / 2779

ഓവർകോട്ട്

നിക്കോളായ് ഗോഗോൾ

പരിഭാഷ: ശരത് മണ്ണൂർ

ചിന്ത പബ്ലിഷേഴ്സ്
തിരുവനന്തപുരം-695 001

ശരത് മണ്ണൂർ (സി കെ ശരത്കുമാർ)

കോഴിക്കോട് ജില്ലയിലെ മണ്ണൂരിൽ ജനനം. ഹിന്ദിയിൽ ബിരുദം.

റഷ്യൻ സാഹിത്യത്തിൽ ബിരുദാനന്തരബിരുദം. ജർമൻ ഭാഷയിൽ പ്രൊഫിഷ്യൻസി സർട്ടിഫിക്കറ്റ്. ആന്റൺ ചെഖോവിന്റെ കഥകളെക്കുറിച്ചുള്ള പഠനത്തിന് കാലിക്കറ്റ് സർവകലാശാലയിൽനിന്നും ഡോക്ടറേറ്റ്. ആനുകാലികങ്ങളിൽ ലേഖനങ്ങളും പരിഭാഷകളും പ്രസിദ്ധീകരിക്കാറുണ്ട്. ഇപ്പോൾ പഞ്ചായത്ത് വകുപ്പിൽ യു ഡി ക്ലർക്ക്.

ഭാര്യ : ലതാമണി,

മകൻ : അർജുൻ,

വിലാസം : മണ്ണൂർ പി ഒ, കോഴിക്കോട് 673 328.

നിക്കോളായ് ഗോഗോൾ: ഹാസത്തിന്റെ തമ്പുരാൻ സ്നേഹത്തിന്റെയും

പത്തൊൻപതാം നൂറ്റാണ്ടിലെ മുൻനിര റഷ്യൻ എഴുത്തുകാരിലൊരാളാണ് നിക്കൊളായ് വസീല്യെവിച്ച് ഗോഗോൾ. റഷ്യൻ ഗദ്യസാഹിത്യത്തെ സർവോത്കൃഷ്ടമാക്കുന്നതിൽ അദ്ദേഹം വഹിച്ച പങ്ക് വളരെ വലുതാണ്. റഷ്യൻ ഹാസസാഹിത്യത്തിന് വിശ്വമാനവികതയിലൂന്നിയ ദർശനങ്ങൾകൊണ്ട് പുതുമയാർന്ന രൂപഭാവങ്ങൾ നൽകിയ പ്രതിഭാശാലിയാണദ്ദേഹം. വിമർശനാത്മക യാഥാർഥ്യവാദമെന്ന (critical realism) നൂതന സമ്പ്രദായത്തെ രചനകളിൽ സന്നിവേശിപ്പിച്ചുകൊണ്ട് തന്റെ കാലഘട്ടത്തിലെ സാമൂഹ്യപ്രശ്നങ്ങൾക്കും പ്രതിസന്ധികൾക്കുമെതിരെ അദ്ദേഹം ശക്തമായി പ്രതികരിക്കുകയുണ്ടായി. സാമൂഹിക നീതിയുടെയും മാനവികതയുടെയും ജ്വലിക്കുന്ന നിദർശനങ്ങളാണ് ഗോഗോളിന്റെ രചനകളെല്ലാം.

1809–ൽ ഉക്രയിനിലെ ഒരു കുഗ്രാമത്തിലാണ് ഗോഗോൾ ജനിച്ചത്. സാഹിത്യത്തിൽ വളരെയേറെ താൽപ്പര്യമുള്ള ഒരാളായിരുന്നു ഗോഗോളിന്റെ അച്ഛൻ. ഹാസ്യപ്രധാനങ്ങളായ കഥകളും കവിതകളും അദ്ദേഹം എഴുതിയിരുന്നു. ചെറുപ്പത്തിൽത്തന്നെ ഗോഗോളിന്റെ മനസിൽ അക്ഷരങ്ങളോടുള്ള ആഭിമുഖ്യം വളർത്തുന്നതിൽ അച്ഛന്റെ രചനകൾ വഹിച്ച പങ്ക് ചെറുതായിരുന്നില്ല.

1931 ൽ *ജിക്കാൻക്കയ്ക്കരികിലെ കൃഷിയിടത്തിലെ സായന്തനങ്ങൾ* എന്ന കഥാസമാഹാരത്തിന്റെ പ്രസിദ്ധീകരണത്തോടെയാണ് ഗോഗോ

ളിന്റെ സാഹിത്യജീവിതം വികസ്വരമായത്. സമത്വത്തെയും സാമൂഹ്യ നീതിയെയുംകുറിച്ച് സ്വപ്നം കാണുന്നവരാണ് ഇതിലെ കഥാപാത്രങ്ങൾ. എങ്കിലും സാമൂഹ്യപ്രശ്നങ്ങൾക്കെതിരെ തുറന്ന ശക്തമായ ഒരു പ്രതി ഷേധസ്വരം അവരിൽനിന്നും ഉയർന്നിട്ടില്ല എന്നത് വലിയ ഒരു പോരാ യ്മയായി ചില നിരൂപകർ ചൂണ്ടിക്കാണിക്കുകയുണ്ടായി. അതിനെത്തു ടർന്ന് തന്റെ രണ്ടാമത്തെ കഥാസമാഹാരമായ *ശാന്തനഗര*ത്തിൽ ഗോഗോൾ കൂടുതൽ അവധാനതയോടെയാണ് പാത്രസൃഷ്ടി നടത്തിയത്. സാമൂഹ്യതിന്മകൾക്കെതിരെ സുശക്തം പ്രതിഷേധിക്കുന്നവരാണ് അതിലെ കഥാപാത്രങ്ങൾ. അക്കാലത്തെ പ്രമുഖ റഷ്യൻ നിരൂപകനാ യിരുന്ന വിസാറിൻ ബെലീൻസ്കിയുടെ മുക്തകണ്ഠമായ പ്രശംസ നേടിയ ഈ കൃതിയാണ് ഗോഗോളിനെ ദേശീയപ്രശസ്തിയിലേക്കു യർത്തിയത്. രാജ്യത്തെ സാമൂഹ്യപ്രശ്നങ്ങളെ നിർദയം തൊലിയുരി ച്ചുകാട്ടുന്ന സത്യസന്ധനായ എഴുത്തുകാരൻ എന്ന വിശേഷണം ഗോഗോളിന് നേടിക്കൊടുത്തത് *ശാന്തനഗര*മാണ്. പിന്നീടുവന്ന സെന്റ് പീറ്റേഴ്സ്ബർഗ് കഥകളിലാകട്ടെ കൂടുതൽ കടുത്തതും യഥാതഥവുമായ സാമൂഹ്യപ്രശ്നങ്ങളാണ് ദൃശ്യവൽക്കരിക്കപ്പെടുന്നത്. പിൽക്കാലത്ത് രാജ്യാന്തര പ്രശസ്തി നേടിയ *ഓവർക്കോട്ട്, മൂക്ക്, ഭ്രാന്തന്റെ ഡയറി* എന്നീ കഥകൾ ഈ സമാഹാരത്തിലുൾപ്പെടുന്നവയാണ്.

ഗോഗോളിന്റെ ഏറ്റവുമധികം ആസ്വദിക്കപ്പെടുകയും പ്രശംസിക്ക പ്പെടുകയും ചെയ്ത രചനയാണ് *കണക്ക് പരിശോധകൻ* എന്ന നാടകം. ഭരണകൂടത്തിന്റെ സ്വേച്ഛാധിപത്യപ്രവണതയെ ഇത്രമാത്രം തീക്ഷ്ണ തയോടും പരിഹാസ്യതയോടുംകൂടി ചിത്രീകരിച്ച മറ്റൊരു നാടകവും അക്കാലം വരെ റഷ്യയിലുണ്ടായിരുന്നില്ല. സാർ ചക്രവർത്തിയുൾപ്പെ ടെയുള്ള ഭരണയന്ത്രത്തിന്റെ തലതിരിഞ്ഞ കറക്കത്തെ രൂക്ഷമായ ആക്ഷേപഹാസ്യത്തോടെയാണ് ഇതിൽ അവതരിപ്പിക്കുന്നത്. ലോകമെ മ്പാടുമുള്ള വായനക്കാരെ വളരെയേറെ വിസ്മയിപ്പിച്ച നാടകമാണിത്.

ഗോഗോളിന്റെ മറ്റൊരു വിശ്രുത രചനയാണ് *മൃതാത്മാക്കൾ.* ജന്മി –കുടിയാൻ വ്യവസ്ഥിതിയുടെ പ്രശ്നങ്ങളെയാണ് ഈ നോവലിൽ വസ്തുനിഷ്ഠമായി പ്രതിപാദിക്കുന്നത്. ഗോഗോളിന്റെ ആക്ഷേപഹാസ്യം അതിന്റെ എല്ലാവിധ തീക്ഷ്ണഭാവങ്ങളോടുംകൂടി ഇതിൽ തെളിഞ്ഞു നിൽക്കുന്നുണ്ട്. ഫ്യൂഡൽ വ്യവസ്ഥിതിയുടെ കാര്യകാരണങ്ങളെ ഇത്ര ആഴത്തിൽ അപഗ്രഥിക്കുന്ന മറ്റൊരു രചനയും റഷ്യൻ സാഹിത്യത്തിൽ അക്കാലംവരെ ഉണ്ടായിട്ടില്ല.

വിശ്വസാഹിത്യനഭസിലെ തേജോമയ താരകമെന്ന് വിശേഷിപ്പി ക്കുന്ന നിക്കോളായ് ഗോഗോൾ സ്നേഹത്തിന്റെയും വിശ്വമാനവികത യുടെയും എഴുത്തുകാരനായിരുന്നു. പാവപ്പെട്ടവരും ദരിദ്രനാരായണന്മാ രുമായ ആളുകളോട് എന്നും ആഭിമുഖ്യം പുലർത്തിയിരുന്ന അദ്ദേഹം മനുഷ്യത്വത്തെ ധ്വംസിക്കുന്ന എല്ലാത്തരം പ്രശ്നങ്ങൾക്കുമെതിരെ തന്റെ

രചനകളിലൂടെ തീവ്രമായി പ്രതികരിക്കുകയുണ്ടായി. കഠിനമായ ആക്ഷേപഹാസ്യത്തിലൂടെ ഭരണവർഗത്തിന്റെയും സമൂഹത്തിലെ പ്രമാണിമാരുടെയും മനുഷ്യത്വരാഹിത്യത്തെ അദ്ദേഹം നിർദയം തൊലിയുരിച്ചു കാട്ടി. മനുഷ്യനെ വിലമതിക്കാത്ത എല്ലാത്തിനോടും അദ്ദേഹം സന്ധിയില്ലാത്ത സമരത്തിലേർപ്പെട്ടു. ചെറുതും വലുതുമായ അദ്ദേഹത്തിന്റെ രചനകളെല്ലാം ഈ വസ്തുതയെ അരക്കിട്ടുറപ്പിക്കുന്നുണ്ട്.

ഗോഗോൾ രചനകൾ പുറത്തുവന്നിട്ട് ദശാബ്ദങ്ങൾ ഏറെ കഴിഞ്ഞിരിക്കുന്നു. എങ്കിലും അവ ചർച്ച ചെയ്യുന്ന വിഷയങ്ങളുടെ പ്രസക്തിക്ക് ഒട്ടും മങ്ങലേറ്റിട്ടില്ലെന്നത് ഒരു വസ്തുതയാണ്. എന്നും സംഭവിച്ചുകൊണ്ടിരിക്കുന്ന, ഇനിയും എക്കാലവും സംഭവിക്കാനിടയുള്ള പ്രശ്നങ്ങളാണ് അവ പ്രതിപാദിക്കുന്നത്. മനുഷ്യനെയും മാനവികതയെയുംകുറിച്ച് ദേശകാലങ്ങൾക്കതീതമായി നിൽക്കുന്ന ദർശനങ്ങളുടെ മിന്നലാട്ടങ്ങൾ അവയിൽ സമൃദ്ധമായിത്തന്നെ കാണാം. ഗോഗോളിന്റെ രചനകൾ അദ്ദേഹത്തെക്കുറിച്ചുള്ള ഓർമകൾ പോലെതന്നെ ദീപ്തവും ഉദാത്തവുമാണ്. അവ കാലാതിവർത്തികളാണ്.

ഏതോ ഒരു സർക്കാർ വകുപ്പിലെ... ഏതു വകുപ്പാണെന്നു ഞാൻ പറയുന്നില്ല. കാരണം എല്ലാ വകുപ്പുകളും റെജിമെന്റുകളും ചാൻസല റികളും– ഒറ്റവാക്കിൽ പറഞ്ഞാൽ സർക്കാർ സർവീസിലെ എല്ലാ വിഭാ ഗങ്ങളും–മുൻകോപികളെക്കൊണ്ടു നിറഞ്ഞതാണ്. ഇക്കാലത്ത് ഒരു വ്യക്തിയെ ആരെങ്കിലും അവഹേളിച്ചെന്നിരിക്കട്ടെ. അത് സമൂഹത്തോട് മുഴുവനുമുള്ള അവഹേളനമായി അയാൾ കണക്കാക്കിക്കളയും. അടു ത്തകാലത്താണ് ഏതോ പട്ടണത്തിലെ പൊലീസ് ഇൻസ്പെക്ടർ ഒരു പരാതിയുമായി രംഗത്തുവന്നത്. സർക്കാർ സർവീസ് നാശത്തിന്റെ വക്കി ലാണെന്നും പരിപാവനവും മാന്യവുമായ തന്റെ പേര് അപമാനിക്കപ്പെ ടുകയാണെന്നുമായിരുന്നു അയാളുടെ പരാതി. തെളിവിനുവേണ്ടി അയാൾ സമർപ്പിച്ചിരുന്നത് കുടിയനായ ഒരു പൊലീസ് ഇൻസ്പെക്ട റെപ്പറ്റി ഓരോ പത്തുപേജിലും പരാമർശിക്കുന്ന ഏതോ ഒരു പുസ്തക മായിരുന്നു. അതുകൊണ്ട്, അത്തരത്തിലുള്ള അസ്വാരസ്യങ്ങൾ ഒഴിവാ ക്കുന്നതിനുവേണ്ടി നമുക്ക് ആ വകുപ്പിന്റെ പേരെടുത്തു പറയാതെ ഏതോ ഒരു വകുപ്പെന്നു മാത്രം പറയാം.

അതെ, ഏതോ ഒരു വകുപ്പിൽ ഒരു ഉദ്യോഗസ്ഥനുണ്ടായിരുന്നു വെന്നു പറഞ്ഞുകൊണ്ട് ഞാൻ കഥ തുടങ്ങുകയാണ്. ആ ഉദ്യോഗസ്ഥൻ കഴിവുള്ളവനാണെന്നോ പ്രതിഭാശാലിയാണെന്നോ പറയാനാവില്ല. അൽപ്പം ഉയരക്കുറവുള്ള, അൽപ്പം വസൂരിക്കലയുള്ള, അൽപ്പം ചെമ്പൻ മുടിയുള്ള, അൽപ്പം കാഴ്ചക്കുറവുള്ള അൽപ്പം കഷണ്ടിയുള്ള ഒരു മനുഷ്യനായിരുന്നു അയാൾ. അയാളുടെ കവിളുകൾ ഒട്ടിയതായിരുന്നു. തൊലിയുടെ നിറം നരച്ച മഞ്ഞയായിരുന്നു. എന്തുചെയ്യാം, സെന്റ് പീറ്റേഴ്സ്ബർഗിലെ കാലാവസ്ഥ അത്തരത്തിലുള്ളതാണ്... ഇനി ഞാൻ

അയാളുടെ പദവിയെപ്പറ്റി പറയാം. ആദ്യമേ പദവിയെന്താണെന്ന് അമ്പേഷിക്കുകയും പറയുകയും ചെയ്യുന്ന സ്വഭാവമാണല്ലോ നമ്മൾക്ക്. അയാൾ ഒരു ടിറ്റുലർ കൗൺസിലറായിരുന്നു. പല സാഹിത്യകാരന്മാരുടെയും ആക്ഷേപത്തിനും പരിഹാസത്തിനും പാത്രമാകാറുള്ളവരാണ് ഈ ടിറ്റുലർ കൗൺസിലർമാർ എന്ന് മാന്യ വായനക്കാർക്കെല്ലാം അറിയാവുന്നതാണല്ലോ. അതോടൊപ്പം തർക്കിക്കാനോ പ്രതിഷേധിക്കാനോ വരാത്ത എല്ലാവരേയും നിർദാക്ഷിണ്യം ആക്രമിക്കുകയെന്നത് നമ്മുടെ സാഹിത്യകാരന്മാരുടെ സ്വഭാവമായിത്തീർന്നിരിക്കുകയാണെന്ന വസ്തുതകൂടി ഞാൻ നിങ്ങളെ ഓർമിപ്പിക്കുകയാണ്. നമ്മുടെ ഉദ്യോഗസ്ഥന്റെ കുടുംബപ്പേര് അൽപ്പം വിചിത്രമായ ഒന്നായിരുന്നു. 'ബഷ്മാച്കിൻ!' ചെരിപ്പ് എന്ന അർഥമുള്ള 'ബഷ്മാക്' എന്ന് വാക്കിൽനിന്നാണ് ആ പേര് ഉണ്ടായത്. എന്നാൽ അത്തരമൊരു പേര് എപ്പോൾ, എങ്ങനെ നമ്മുടെ കഥാനായകന് വന്നുചേർന്നുവെന്ന് കൃത്യമായി പറയാനാവില്ല. അയാളുടെ അച്ഛനപ്പൂപ്പന്മാരെല്ലാം ബൂട്ടുകളാണുപയോഗിച്ചിരുന്നത്. അവരാണെങ്കിൽ അവ ഒരിക്കലും മാറ്റാറുമില്ല. വർഷത്തിൽ മൂന്നുതവണ അവയുടെ അടിഭാഗം മാറ്റിവെപ്പിക്കുക മാത്രമേ, അവർ ചെയ്യാറുള്ളൂ. കഥാനായകന്റെ പേര് 'അക്കാക്കി' എന്നും രണ്ടാംപേര് 'അക്കാക്കിയെവിച്ച്' എന്നുമായിരുന്നു. എന്തൊരു വിചിത്രമായ പേരാണിതെന്ന് മാന്യവായനക്കാർ വിചാരിക്കുന്നുണ്ടാകും. എന്നാൽ ഇതിൽ വിചിത്രമായതൊന്നും തന്നെയില്ലെന്ന് ഞാനുറപ്പിച്ചു പറയുകയാണ്. ഇത്തരമൊരു പേര് തെരഞ്ഞെടുത്തതിൽ അസ്വാഭാവികമായി ഒന്നും തന്നെയുണ്ടായിരുന്നില്ല. മാത്രമല്ല, ഇതല്ലാതെ മറ്റൊരു പേരും ഇടാൻ പറ്റാത്ത ഒരു പ്രത്യേക സാഹചര്യത്തിലാണ് അയാളുടെ പേരിടൽകർമം നടന്നത്. എന്റെ ഓർമ ശരിയാണെങ്കിൽ അക്കാക്കി ജനിച്ചത് മാർച്ച് മാസം ഇരുപത്തിരണ്ടിന് രാത്രിയിലാണ്. അയാളുടെ അമ്മ ഒരു ഉദ്യോഗസ്ഥന്റെ പത്നിയായിരുന്നു. നല്ലൊരു സ്ത്രീയായിരുന്നു അവർ. തന്റെ മകന് യഥാസമയം പേരിടൽകർമം നടത്തണമെന്ന് അവർ ആഗ്രഹിച്ചു. വാതിലിനടുത്തുള്ള കട്ടിലിലായിരുന്നു അവർ കിടന്നിരുന്നത്. കുട്ടിയുടെ തലതൊട്ടപ്പനായ ഇവാൻ ഇവാനൊവിച്ച് യെറോഷ്കിൻ അവരുടെ ഇടതുവശത്തു നിന്നു. സെനറ്റിലെ മുഖ്യ ഗുമസ്തനായ മാന്യനായിരുന്നു അയാൾ. തലതൊട്ടമ്മയായ അരീന സിമ്യോനോവ്ന ബെലബ്ര്യൂഷ്കോവ ഒരു പൊലീസ് ഉദ്യോഗസ്ഥന്റെ ഭാര്യയായ കുലീന വനിതയായിരുന്നു. കഥാനായകന്റെ അമ്മയ്ക്ക് തെരഞ്ഞെടുക്കുവാൻ മൂന്നുപേരുകളാണ് നിർദേശിക്കപ്പെട്ടിരുന്നത് – മൊക്കേയ്, സോസി, ഹോസ്ദാസ്ത് – "പറ്റില്ല, ഈ പേരൊന്നും ശരിയാവില്ല" അമ്മ വിചാരിച്ചു. അവരെ സന്തോഷിപ്പിക്കാനായി പഞ്ചാംഗത്തിലെ മറ്റൊരു പേജിലുണ്ടായിരുന്ന മൂന്നുപേരുകൾ നിർദേശിക്കപ്പെട്ടു – ത്രിഫിലി, ദൂല, വരഹാസി – "ഇതെന്തൊരുശിക്ഷയാണ് കർത്താവേ..." തലതൊട്ടമ്മ വിലപിക്കുന്ന സ്വരത്തിൽ പറഞ്ഞു. "ഇവയൊക്കെ എന്തു

പേരുകളാണ്! മുമ്പ് കേട്ടിട്ടുപോലുമില്ലല്ലോ... 'വരദാത്' എന്നോ 'വരൂഹ്' എന്നോ ആണെങ്കിൽ പോലും വലിയ കുഴപ്പമില്ലായിരുന്നു." അപ്പോൾ പഞ്ചാംഗത്തിലെ മറ്റൊരു പേജ് തുറന്നു. പൊവ്സിക്കാസി, വഹ്തിസി എന്ന പേരുകളാണ് അപ്പോൾ കിട്ടിയത്. "വേണ്ട വേണ്ട.. എനിക്കിപ്പോൾ എല്ലാം മനസിലായി" വൃദ്ധ പറഞ്ഞു. "എല്ലാം വിധിയാണ്. ഇവന് ഇവന്റെ അച്ഛന്റെ പേരുതന്നെ ഇടാം. അക്കാക്കി എന്നായിരുന്നില്ലേ അയാളുടെ പേര്. ഇവനേയും അക്കാക്കിയെന്ന് വിളിക്കാം." അങ്ങനെയാണ് നമ്മുടെ കഥാനായകന് അക്കാക്കി അക്കാക്കിയെവിച്ച് (അക്കാക്കിയുടെ മകൻ അക്കാക്കി) എന്ന പേര് ലഭിച്ചത്. ഭാവിയിൽ താനൊരു ടിറ്റുലർ കൗൺസിലറായിത്തീരുമെന്ന് മുൻകൂട്ടി മനസിലാക്കിയിട്ടെന്നപോലെ ആ സമയം അവൻ ഉറക്കെ കരഞ്ഞുവിളിക്കുകയും പലതരം ഗോഷ്ഠികൾ കാണിക്കുകയും ചെയ്തുവത്രേ. കാര്യങ്ങൾ ഏതാണ്ടൊക്കെ നിങ്ങൾക്കിപ്പോൾ മനസിലായിട്ടുണ്ടാവുമെന്നു കരുതുന്നു. ഇത്തരമൊരു പേര് അയാൾക്കു കിട്ടിയത് സാഹചര്യങ്ങളുടെ സമ്മർദം മൂലമാണെന്നും ഇതല്ലാതെ മറ്റൊരു പേര് അയാൾക്കിടാൻ പറ്റുമായിരുന്നില്ലെന്നും വായനക്കാരെ ബോധ്യപ്പെടുത്താനാണ് ഞാൻ ഇങ്ങനെയൊക്കെ ഒന്നു കറങ്ങിത്തിരിഞ്ഞത്. ഏതു വർഷത്തിലാണ് അയാൾ ആ വകുപ്പിൽ ചേർന്നതെന്നോ ആരാണയാളെ നിയമിച്ചതെന്നോ ഇപ്പോൾ ആർക്കും തന്നെ അറിയില്ല. ഡയറക്ടർമാരും സൂപ്രണ്ടുമാരും മാറിമാറി വന്നു. പക്ഷേ, അയാൾ മാത്രം അതേ സ്ഥാനത്തിരുന്ന് പകർപ്പെഴുത്തെന്ന ജോലി തുടർന്നുകൊണ്ടിരുന്നു. അതുകൊണ്ട് തന്നെയാണ് അയാൾ ജനിച്ചതു തന്നെ യൂണിഫോറവും കഷണ്ടിയുമുള്ള രൂപത്തിലാണെന്ന് ആളുകൾ സംശയമൊന്നുമില്ലാതെ പറയാൻ തുടങ്ങിയതും.

അയാൾ ജോലി ചെയ്തിരുന്ന വകുപ്പിൽ ആരും അയാളെ പരിഗണിക്കുകയോ ആദരിക്കുകയോ ചെയ്തിരുന്നില്ല. അയാൾ കടന്നുപോകുമ്പോൾ ശിപായിമാർ എഴുന്നേറ്റു നിൽക്കാറില്ലെന്നു മാത്രമല്ല ആ ഭാഗത്തേക്ക് ഒന്നു നോക്കുകപോലും ചെയ്യാറില്ല. ഒരു ഈച്ചയെപ്പോലെ മാത്രമേ അവർ അയാളെ കരുതിയിരുന്നുള്ളൂ. മേലുദ്യോഗസ്ഥന്മാർ നീരസത്തോടെയാണ് അയാളോട് പെരുമാറിയിരുന്നത്. അസിസ്റ്റന്റ് ഹെഡ് ക്ലാർക്ക് ഒരുകെട്ട് കടലാസുകൾ അയാളുടെ മേശപ്പുറത്തേക്കിട്ട് "ഇതൊന്നു പകർത്തിയെഴുതണം" എന്നുപോലും പറയാതെ കടന്നുപോകും. കുറച്ചുകൂടി നല്ല വകുപ്പുകളിൽ "ഇതാ, രസകരമായ ഒരു ജോലി" എന്നു പറഞ്ഞുകൊണ്ടോ അല്ലെങ്കിൽ മറ്റെന്തെങ്കിലും സൗഹൃദവചനങ്ങൾ പറഞ്ഞുകൊണ്ടോ ആയിരിക്കും ഇത്തരം ജോലികൾ ഏൽപ്പിക്കുന്നത്. ആരാണ് കടലാസുകൾ കൊണ്ടുവന്നതെന്നോ, ആരാണ് അയാൾക്കതിനുള്ള അധികാരം നൽകിയതെന്നോ നോക്കാതെ അക്കാക്കി അക്കാക്കിയെവിച്ച് ധൃതിയിൽ അവ പകർത്തിയെഴുതാൻ തുടങ്ങും. ചെറുപ്പക്കാരായ ഉദ്യോഗസ്ഥന്മാർ അയാളെ കളിയാക്കുകയും അയാളെപ്പറ്റി

തമാശകൾ പറഞ്ഞു ചിരിക്കുകയും ചെയ്യുക പതിവായിരുന്നു. ക്ലാർക്കുമാരുടെ പരിമിതമായ ഭാവനയ്ക്കുള്ളിൽ ഒതുങ്ങുന്ന കെട്ടുകഥകൾ അയാൾ കേൾക്കെ ഉറക്കെപ്പറഞ്ഞ് രസിക്കുകയെന്നത് അവരുടെ പ്രധാന വിനോദമായിരുന്നു. അയാളുടെ വീട്ടുടമസ്ഥയായ കിഴവി അയാളെ തല്ലാറുണ്ടെന്നു പറയുകയും, അവരെ അയാൾ എന്നാണ് വിവാഹം കഴിക്കുന്നതെന്ന് ചോദിക്കുകയും കടലാസുകഷണങ്ങൾ കീറിയെടുത്ത് അയാളുടെ മുഖത്തേക്കെറിയുകയും അവരുടെ പതിവു പരിപാടികളായിരുന്നു. എന്നാൽ അക്കാക്കി അക്കാക്കിയെവിച്ച് ഒന്നും പറയാതെ, തന്റെ മുന്നിൽ ആരുമില്ലെന്ന മട്ടിലിരുന്ന് ജോലിയിൽ മുഴുകും. സഹപ്രവർത്തകരുടെ കളിയാക്കലുകളൊന്നും അയാളെ ബാധിച്ചിരുന്നില്ല. അവരുടെ അതിരുവിട്ട ഉപദ്രവങ്ങൾക്കിടയിലിരുന്ന് പകർത്തിയെഴുതിയിട്ടും അയാൾ ഒരു തെറ്റുപോലും വരുത്തിയിരുന്നില്ലെന്നതാണ് അത്ഭുതം. ചിലപ്പോൾ സഹപ്രവർത്തകരുടെ ഉപദ്രവം അതിരു കവിയും. അവർ അയാളെ തട്ടുകയും പിടിച്ചുവലിക്കുകയും ചെയ്യും. അത്തരം സന്ദർഭങ്ങളിൽ തന്റെ ജോലി തടസപ്പെടുമ്പോൾ മാത്രം അയാൾ ഇങ്ങനെ പ്രതിഷേധിക്കും. "എന്നെ എന്തിനാണിങ്ങനെ വിഷമിപ്പിക്കുന്നത്? ദയവുചെയ്ത് എന്നെ വെറുതെ വിടൂ.." ആ വാക്കുകളിലും അവ ഉച്ചരിക്കുമ്പോഴുള്ള അയാളുടെ ഭാവത്തിലും തികച്ചും അസാധാരണമായ എന്തോ ഒന്നുണ്ടായിരുന്നു. ദയാവായ്പിന്റെ ഒരു സവിശേഷഭാവം അവയിൽ നിറഞ്ഞു നിന്നിരുന്നു. മറ്റുള്ളവരോടൊപ്പം അയാളെ കളിയാക്കിക്കൊണ്ടിരുന്ന ഒരു ചെറുപ്പക്കാരൻ അതുകേട്ടമാത്രയിൽ തന്റെ മനസുമാറ്റി. പിന്നീടൊരിക്കലും അവൻ അയാളെ ഉപദ്രവിക്കാൻ തുനിഞ്ഞിട്ടില്ല. അടുത്ത കാലത്തായി അവിടെ ജോലിക്കുചേർന്ന ആ ചെറുപ്പക്കാരൻ അതിനുശേഷം മറ്റെല്ലാവരേയും മറ്റെല്ലാത്തിനേയും തികച്ചും വ്യത്യസ്തമായ ഒരു വീക്ഷണത്തിൽ കണ്ടുതുടങ്ങി. അത്രയുംകാലംവരെ മാന്യരും സംസ്കാരസമ്പന്നരുമെന്ന് കരുതിയിരുന്ന ആ സുഹൃത്തുക്കളിൽനിന്നും ഏതോ ഒരജ്ഞാത ശക്തി അവനെ മാറ്റിനിർത്തി. അതിനെത്തുടർന്ന് ഏറെ കാലത്തേക്ക് ജീവിതത്തിലെ ഏറ്റവും ആനന്ദകരമായ നിമിഷങ്ങളിൽ, കഷണ്ടികയറിയ ഒരു ഗുമസ്തന്റെ കൂനിക്കൂടിയ രൂപവും അയാളുടെ ദയനീയമായ അപേക്ഷയും അവന്റെ ഓർമകളിൽ ഇടയ്ക്കിടെ മിന്നിമറഞ്ഞുകൊണ്ടിരുന്നു. "എന്നെ എന്തിനാണിങ്ങനെ വിഷമിപ്പിക്കുന്നത്?" എന്ന വാക്കുകളിൽ "ഞാൻ നിങ്ങളുടെ സഹോദരനാണെ"ന്ന സന്ദേശമാണ് ആ യുവാവ് കേട്ടത്. അത്തരം സന്ദർഭങ്ങളിൽ നല്ലവനായ ആ യുവാവ് ചിന്താമഗ്നനായി മുഖം പൊത്തിയിരിക്കും. മനുഷ്യന്റെ മനുഷ്യത്വരാഹിത്യവും സംസ്കാരത്തിന്റെയും വിദ്യാസമ്പന്നതയുടെയും പുറംപൂച്ചിനുള്ളിൽ ഒളിഞ്ഞിരിക്കുന്ന കാടത്തവും കണ്ട് അവൻ ഞെട്ടിത്തെറിച്ചിട്ടുണ്ട്. ഓ, ദൈവമേ, സത്യസന്ധരും മഹാത്മാക്കളുമെന്ന് ലോകം പാടിപ്പുകഴ്ത്തുന്നവരിൽപ്പോലും ഈ ബീഭത്സത ദൃശ്യമാണല്ലോ.

അക്കാക്കി അക്കാക്കിയെവിച്ചിനെപ്പോലെ കൃത്യനിഷ്ഠയോടെ തന്റെ ജോലി ചെയ്യുന്ന മറ്റൊരാളെ കണ്ടുപിടിക്കുക എളുപ്പമല്ല. അയാൾ തന്റെ ജോലിയിൽ വളരെ തൽപ്പരനായിരുന്നുവെന്നു പറഞ്ഞാൽ അത് പൂർണ മായും ശരിയാവില്ല. അയാൾ തന്റെ ജോലിയെ വല്ലാതെ സ്നേഹിച്ചിരു രുന്നുവെന്നു പറയുന്നതാണ് ശരി. പകർപ്പെഴുത്തെന്ന തന്റെ ജോലിയിൽ അതിയായ ആനന്ദവും അനിർവചനീയമായ സംതൃപ്തിയും അയാൾ കണ്ടെത്തിയിരുന്നു. ജോലി തുടങ്ങുമ്പോൾ അയാളുടെ മുഖത്ത് ഒരാ ഹ്ലാദഭാവം നിറയും. അക്ഷരമാലയിലെ ചില അക്ഷരങ്ങളോട് അയാൾക്ക് ഒരു പ്രത്യേക വാത്സല്യം തന്നെയുണ്ടായിരുന്നു. ആ അക്ഷരങ്ങൾ എഴു തുന്ന സമയങ്ങളിൽ അത്യധികമായ ആഹ്ലാദത്താൽ പരിസരം മറന്ന് അയാൾ അടക്കിച്ചിരിക്കുകയും കണ്ണുമിഴിക്കുകയും ചില അസ്പഷ്ടശ ബ്ദങ്ങൾ ഉണ്ടാക്കുകയും ചെയ്യും. അയാൾ പകർത്തിയെഴുതുന്ന അക്ഷ രങ്ങളേതാണെന്ന് അയാളുടെ മുഖത്തുനിന്നും വായിക്കാൻ കഴിയുമാ യിരുന്നു. ജോലിയിലുള്ള അയാളുടെ ആത്മാർഥതയ്ക്ക് അർഹമായ അംഗീകാരം ലഭിച്ചിരുന്നെങ്കിൽ അയാൾ സ്വപ്നം കാണുകപോലും ചെയ്തിട്ടില്ലാത്ത വലിയൊരു സ്ഥാനത്ത് അതായത് ഒരു സ്റ്റേറ്റ് കൗൺസി ലറുടെ സ്ഥാനത്ത്, അയാൾ അവരോധിക്കപ്പെടുമായിരുന്നു. എന്നാൽ ഈയൊരു ജോലിയിൽനിന്നും അയാൾക്ക് ആകെ ലഭിച്ചിട്ടുള്ള അംഗീ കാരം, അയാളുടെ സഹപ്രവർത്തകരുടെ ഭാഷയിൽ പറഞ്ഞാൽ, മുൻവ ശത്തെ ചെറിയൊരു ബാഡ്ജും പിൻവശത്തെ വലിയ അർശസുമാണ്! ഇങ്ങനെയൊക്കെയാണെങ്കിലും അയാളെ ആരും അംഗീകരിച്ചില്ലെന്നോ ശ്രദ്ധിച്ചിരുന്നില്ലെന്നോ പറയുന്നത് ശരിയായിരിക്കില്ല. സ്വതവേ കരുണ ചിത്തനായ ഒരു ഡയറക്ടർ അക്കാക്കിയുടെ സുദീർഘമായ സേവനത്തിന് പാരിതോഷികമെന്ന നിലയ്ക്ക് സാധാരണ ഗതിയിലുള്ള പകർപ്പെഴുത്തി നേക്കാൾ കൂടുതൽ പ്രാധാന്യമുള്ള ഏതെങ്കിലും ജോലിയിൽ അയാളെ പ്രവേശിപ്പിക്കുവാൻ ഉത്തരവിട്ടു. അതിനെത്തുടർന്ന് മറ്റൊരു വകുപ്പിനു വേണ്ടി ഒരു കേസിന്റെ സമ്പൂർണ റിപ്പോർട്ട് തയാറാക്കുവാൻ അയാൾ നിയോഗിക്കപ്പെട്ടു. തലക്കെട്ട് മാറ്റിയെഴുതുക, വാക്യഘടന ക്രമീകരി ക്കുക എന്നിവയെല്ലാം ചെയ്യേണ്ടതുണ്ടായിരുന്നു. അക്കാക്കിയെ സംബ ന്ധിച്ചിടത്തോളം ഏറെ കടുപ്പവും അസംതൃപ്തിയുണ്ടാക്കുന്നതുമായ ജോലിയായിരുന്നു അത്. വിയർത്തുകുളിച്ച് നെറ്റി തുടച്ചുകൊണ്ട് ഒടു വിൽ അയാൾ പറഞ്ഞു. "വേണ്ട വേണ്ട... ഈ ജോലി എനിക്കു വേണ്ട. പകരം പകർത്തിയെഴുതാൻ എന്തെങ്കിലും തന്നാൽ മതി.." അങ്ങനെ ശിഷ്ടകാലം മുഴുവനും അയാൾ ഒരു സാധാരണ പകർപ്പെഴുത്തുകാര നായിത്തന്നെ കഴിഞ്ഞുകൂടി. പകർപ്പെഴുത്ത് മാത്രമായിരുന്നു അയാളുടെ ലോകം. വസ്ത്രധാരണത്തിലൊന്നും അയാൾ അൽപ്പംപോലും ശ്രദ്ധി ച്ചിരുന്നില്ല. അയാളുടെ യൂണിഫോറത്തിന് പച്ചനിറമല്ല, വെള്ളകലർന്ന തുരുമ്പിന്റെ നിറമായിരുന്നു. അതിന്റെ കോളർ വീതി കുറഞ്ഞതും താണ

നിലവാരത്തിലുള്ളതുമായിരുന്നു. അതുകൊണ്ടുതന്നെ അത് ധരിക്കുന്ന സമയത്ത് ശരാശരി നീളം മാത്രമുണ്ടായിരുന്ന അയാളുടെ കഴുത്തിന് അസാധാരണനീളം തോന്നിച്ചിരുന്നു. പുറംനാടുകളിൽനിന്നും വരുന്ന വഴി വാണിഭക്കാരുടെ തലയിലെ കുട്ടികളിൽനിന്നും എത്തിനോക്കുന്ന പ്ലാസ്റ്റർ ഓഫ് പാരീസ് കൊണ്ടുണ്ടാക്കിയ പൂച്ചക്കുഞ്ഞുങ്ങളുടെ മെലിഞ്ഞു നീണ്ട കഴുത്തിനെയാണ് അതു കാണുമ്പോൾ നമുക്ക് ഓർമവരിക. നൂൽക്കഷണമോ കടലാസുതുണ്ടോ അതുപോലെയുള്ള മറ്റെന്തെങ്കിലും പാഴ്വസ്തുക്കളോ അയാളുടെ കുപ്പായത്തിൽ എപ്പോഴും പറ്റിപ്പിടിച്ചിരിക്കുന്നത് കാണാം. മാത്രമല്ല ആളുകൾ ജനലിലൂടെ ചപ്പുചവറുകൾ പുറത്തേക്കു വലിച്ചെറിയുന്ന സമയത്തുതന്നെ അതുവഴി കടന്നുപോകാൻ പ്രത്യേകമായൊരു കഴിവുണ്ടായിരുന്നു ആ മനുഷ്യന്റെ തൊപ്പിയിൽ തണ്ണിമത്തന്റെ തോലോ കുരുവോ മറ്റെന്തെങ്കിലും അവശിഷ്ടങ്ങളോ പറ്റിയിരിക്കുന്നതും പതിവുള്ള കാഴ്ചയായിരുന്ന തെരുവിൽ നടക്കുന്ന സംഭവങ്ങളെപ്പറ്റിയോ അവിടുത്തെ ദൈനംദിന കാര്യങ്ങളെക്കുറിച്ചോ അയാളൊരിക്കലും ചിന്തിച്ചിരുന്നില്ല. എന്നാൽ അയാളുടെ സഹപ്രവർത്തകരാകട്ടെ അത്തരം കാര്യങ്ങളിലെല്ലാം അങ്ങേയറ്റം താൽപ്പര്യമുള്ളവരായിരുന്നു. നാലുപാടും സദാ ചുറ്റിക്കറങ്ങിക്കൊണ്ടിരിക്കുന്ന അവരുടെ കണ്ണുകൾ തെരുവിന്റെ മറുവശത്തുകൂടി പോകുന്ന ഒരുത്തന്റെ മേൽക്കുപ്പായത്തിന്റെ നാട അൽപ്പമൊന്ന് അയഞ്ഞുകിടന്നാൽപ്പോലും കണ്ടുപിടിക്കുമായിരുന്നു. അയാളുടെ ശ്രദ്ധക്കുറവിനെക്കുറിച്ച് കളിയാക്കി അവരെല്ലാം ആർത്തുചിരിക്കുകയും ചെയ്യും. എന്നാൽ അക്കാക്കി അക്കാക്കിയെവിച്ച് എങ്ങോട്ടു നോക്കിയാലും തന്റെ വടിവൊത്ത കൈപ്പടയിലെഴുതിയ വളയാത്ത വരികൾ മാത്രമേ കാണാറുള്ളൂ. തെരുവിലൂടെ കടന്നുപോകുന്ന വല്ല കുതിരയും അയാളുടെ മുന്നിലേക്ക് തല നീട്ടി മുക്രയിടുന്ന നേരത്ത് അതിന്റെ ശ്വാസം കവിളിൽ തട്ടിയാൽ ഒരുപക്ഷേ, താൻ നിൽക്കുന്നത് അക്ഷരങ്ങളുടെ നടുവിലല്ല തെരുവിന്റെ നടുവിലാണെന്ന ബോധം അയാൾക്കുണ്ടായെന്നു വരാം. വീട്ടിലെത്തിയാലുടനെ അയാൾ മേശയ്ക്കരികിൽ ചെന്നിരുന്ന് ഉള്ളിയും സൂപ്പും ഒരു കഷണം മാംസവും കഴിക്കും. അതിന്റെ സ്വാദെന്താണെന്നുപോലും നോക്കാൻ അയാൾ മെനക്കെടാറില്ല. ഈച്ചയോ പാറ്റയോ ദൈവത്തിന്റെ മറ്റെന്തെങ്കിലും സൃഷ്ടികളോ അതിലുണ്ടെങ്കിൽ അവയെക്കൂടി അയാൾ അകത്താക്കിയെന്നുവരും. വയറുനിറഞ്ഞെന്നു മനസിലായാലുടനെ അയാൾ എഴുന്നേറ്റ് മഷിക്കുപ്പി എടുത്തുകൊണ്ട് വന്ന് മുന്നിൽ വെച്ച് വീട്ടിലേക്കു കൊണ്ടുവന്ന കടലാസുകൾ പകർത്താനിരിക്കും. ഇനിയിപ്പോൾ ഒന്നുംതന്നെ പകർത്താനില്ലെങ്കിൽപ്പോലും ആ ജോലിയിലുള്ള അമിതമായ ആവേശംകൊണ്ട് അയാൾ സ്വന്തമായി എന്തെങ്കിലും പകർത്തിയെഴുതാൻ തുടങ്ങും. വിശേഷപ്പെട്ട ചില രേഖകൾ- രചനാരീതികൊണ്ടല്ല, മേൽവിലാസത്തിന്റെ പുതുമകൊണ്ടോ മേൽവിലാസക്കാരന്റെ സ്ഥാനമാനങ്ങൾ കൊണ്ടോ

വിശേഷപ്പെട്ട രേഖകൾ – അയാൾ പലപ്പോഴും അങ്ങനെ പകർത്തിയെഴുതാറുണ്ട്.

സെന്റ് പീറ്റേഴ്സ് ബർഗിനു മുകളിലെ നരച്ച ആകാശം കറുത്തിരുണ്ടുകഴിയുമ്പോൾ സർക്കാരുദ്യോഗസ്ഥന്മാരെല്ലാം തങ്ങളുടെ വരുമാനത്തിനും താൽപ്പര്യത്തിനുമനുസരിച്ചുള്ള അത്താഴം വയറുനിറയെ കഴിച്ച് ഔദ്യോഗികമായ എല്ലാത്തരം നൂലാമാലകളിൽനിന്നും മോചനംനേടി വിനോദത്തിനോ വിശ്രമത്തിനോവേണ്ടി പുറപ്പെടും. അപ്പോഴും നമ്മുടെ കഥാനായകൻ അതിലൊന്നും താൽപ്പര്യമില്ലാതെ പകർപ്പെഴുത്തെന്ന തന്റെ പ്രിയപ്പെട്ട ജോലിയിൽ പൂർണമായും മുഴുകിയിരിക്കുകയായിരിക്കും. സെന്റ് പീറ്റേഴ്സ് ബർഗിലെ മിക്ക ഉദ്യോഗസ്ഥന്മാരും നാടകശാലയിലാണ് തങ്ങളുടെ സായാഹ്നം ചെലവഴിക്കാറുള്ളത്. ചിലർ പെൺകൊടികളെ കടാക്ഷിച്ചുകൊണ്ട് നിരത്തുകളിലും മറ്റും ചുറ്റിക്കറങ്ങും. വേറെ ചിലർ ഉദ്യോഗസ്ഥന്മാർക്കിടയിലെ സൗന്ദര്യധാമമെന്ന് വിശേഷിപ്പിക്കുന്ന ഏതെങ്കിലും സ്ത്രീരത്നവുമായി കൊച്ചുവർത്തമാനങ്ങൾ പറഞ്ഞ് നേരം കൊല്ലും. ഇതിലൊന്നുംപെടാത്ത ചിലർ–ഒരുപക്ഷേ, ഭൂരിപക്ഷവും അവരായിരിക്കും–മൂന്നാമത്തെയോ നാലാമത്തെയോ നിലയിൽ താമസിക്കുന്ന സഹപ്രവർത്തകന്റെ രണ്ടു ചെറിയ മുറിയും ഒരടുക്കളയുമുള്ള, കുറച്ചുദിവസത്തെ അത്താഴം വേണ്ടെന്നുവച്ചിട്ടു സമ്പാദിച്ച പണംകൊണ്ടുവാങ്ങിയ അലങ്കാരത്തുന്നലുകളുള്ള മേശവിരിയോ അല്ലെങ്കിൽ മറ്റെന്തെങ്കിലും കൗതുകവസ്തുക്കളോ ഉള്ള ഫ്ളാറ്റിലേക്ക് പോകും. ചുരുക്കിപ്പറഞ്ഞാൽ ഉദ്യോഗസ്ഥന്മാരെല്ലാം തങ്ങളുടെ ചെറിയ ഫ്ളാറ്റുകളിൽ ഒത്തുകൂടി ചീട്ടുകളിക്കുകയും ചായകുടിക്കുകയും വിലകുറഞ്ഞ റസ്ക് തിന്നുകയും നീണ്ട പൈപ്പുപയോഗിച്ച് പുകവലിക്കുകയും പ്രമാണിമാർക്കിടയിൽനിന്നും കേൾക്കാനിടയായ എന്തെങ്കിലും അപവാദങ്ങൾ പറഞ്ഞു പരത്തുകയും – സാധാരണ റഷ്യക്കാർക്ക് ഒഴിച്ചുകൂടാനാവാത്ത വിനോദമാണത് – ഒന്നും പറയാനില്ലെങ്കിൽ സ്ഥിരമായി പറയാറുള്ള ചില തമാശകൾ പറഞ്ഞു രസിക്കുകയും ചെയ്യാറുള്ള വേളകളിൽപ്പോലും അക്കാക്കി അക്കാക്കിയെവിച്ച് അതിൽ നിന്നെല്ലാം ഒഴിഞ്ഞുമാറി നിൽക്കുകയാണ് പതിവ്. ഏതെങ്കിലും പാർട്ടിയിൽ അയാളെ കണ്ടതായി ഇതേവരെ ആരും പറഞ്ഞുകേട്ടിട്ടില്ല. പകർപ്പെഴുത്തിന്റെ ആനന്ദവും ആവേശവും ആവോളം നുകർന്നതിനുശേഷം നാളെ പകർപ്പെഴുത്തിന് ഇതിലും രസകരമായ വല്ലതും ദൈവംതമ്പുരാൻ കനിഞ്ഞു നൽകുമെന്ന പ്രതീക്ഷയിൽ പുഞ്ചിരിച്ചുകൊണ്ട് അയാൾ കിടന്നുറങ്ങും. വർഷംതോറും നാനൂറ് റൂബിൾ ശമ്പളത്തിൽ തന്റെ വിധിയുമായി ഇണങ്ങിച്ചേർന്ന് പകർപ്പെഴുത്ത് ജോലിയിൽ മുഴുകിക്കഴിഞ്ഞ ആ മനുഷ്യന്റെ ജീവിതം പറയത്തക്ക പ്രശ്നങ്ങളൊന്നുമില്ലാതെ ഇത്തരത്തിൽ മുന്നോട്ടു പോവുകയായിരുന്നു. എന്നാൽ പെട്ടെന്നു വന്ന ശനിദശ ആ ജീവിതത്തെ കശക്കിയെറിഞ്ഞുകളഞ്ഞു. ടിറ്റുലർ കൗൺസിലർമാരെ മാത്രമല്ല പ്രിവി

കൗൺസിലർമാർ, സ്റ്റേറ്റ് കൗൺസിലർമാർ തുടങ്ങിയ എല്ലാ വിഭാഗം ഉപദേശകന്മാരേയും ഒരിക്കലും ഉപദേശം സ്വീകരിക്കുകയോ നൽകുകയോ ചെയ്യാത്തവരേയും ഒരുപോലെ പിടികൂടുന്ന ദുർഗതിയാണ് അയാളേയും പിടികൂടിയത്.

നാനൂറ് റൂബിളോ അതിനടുത്തോ മാത്രം ശമ്പളം കിട്ടുന്ന ഉദ്യോഗസ്ഥന്മാർക്കെല്ലാം സെന്റ് പീറ്റേഴ്സ് ബർഗിൽ ഭയങ്കരനായ ഒരു ശത്രുവുണ്ട് – വടക്കൻ ഭൂപ്രദേശങ്ങളിലെ കൊടും ശൈത്യം! അത് ആരോഗ്യത്തിന് നല്ലതാണെന്ന് പറയപ്പെടുന്നുണ്ടെന്നത് ശരി തന്നെ. എന്നാലും രാവിലെ എട്ടുമണിക്ക്, അതായത് തങ്ങളുടെ ഓഫീസുകളിലേക്ക് ധൃതിയിൽ നടന്നുപോകുന്ന ഗുമസ്തന്മാരെക്കൊണ്ട് തെരുവുകൾ നിറയുന്ന സമയത്ത്, ആ ശത്രു എല്ലാവരേയും നിർദാക്ഷിണ്യം ആക്രമിച്ചുകൊണ്ടിരിക്കും. ആദ്യം അത് കടിച്ചു തൂങ്ങുന്നത് അവരുടെ മൂക്കിന്മേലായിരിക്കും. ആ ആക്രമണം സഹിക്കാനാവാതെ പാവപ്പെട്ട ഗുമസ്തന്മാർ തങ്ങളുടെ മൂക്ക് എവിടെയെങ്കിലും മറച്ചുവയ്ക്കാൻ ബദ്ധപ്പെടുന്നത് കാണാം. ഉയർന്ന ഉദ്യോഗസ്ഥന്മാരുടെപോലും മുഖത്തെ മാംസപേശികൾ കൊടുംതണുപ്പുകൊണ്ട് വലിഞ്ഞു മുറുകയും കണ്ണുകളിൽനിന്നും വെള്ളമൊഴുകുകയും ചെയ്യുമ്പോൾ പാവപ്പെട്ട ടിറ്റുലർ കൗൺസിലർമാർക്കുണ്ടോ വല്ല രക്ഷയും! തെരുവുകളിൽനിന്നും തെരുവുകളിലേക്ക് ഓടുകയും ഇടയ്ക്കിടെ വല്ല കാവൽപ്പുരകളിലും കയറിനിന്ന് മരവിച്ചുപോയ തങ്ങളുടെ കഴിവുകളും കാര്യശേഷിയും ഉരുകുന്നതുവരെ നിലത്ത് ആഞ്ഞുചവിട്ടുകയും ചെയ്യുകയെന്നത് മാത്രമാണ് പിഞ്ഞിക്കീറിയ, നിലവാരമില്ലാത്ത, കനംകുറഞ്ഞ ഓവർകോട്ടുകൾ ധരിച്ച ദരിദ്രനാരായണൻമാരായ അവർക്ക് കരണീയമായിട്ടുള്ളത്. അങ്ങനെയൊക്കെ ചെയ്തിട്ടുപോലും മുതുകത്തും ചുമലുകളിലും പതിക്കുന്ന തണുപ്പിന്റെ ശക്തമായ പ്രഹരത്തിന് കുറവൊന്നുമില്ലെന്നു കണ്ടപ്പോഴാണ് തന്റെ ഓവർക്കോട്ടിന് വല്ല തകരാറും പറ്റിയിട്ടുണ്ടോ എന്ന് അക്കാക്കി അക്കാക്കിയെവിച്ചിന് സംശയമായത്. അതിനെത്തുടർന്ന് അയാൾ അത് പരിശോധിക്കാൻ തുടങ്ങി. ചുമലിന്റെയും മുതുകിന്റെയും ഭാഗത്ത് അത് ദയനീയമായ രീതിയിൽ പിഞ്ഞിക്കീറിയിരുന്നു. അടിയിൽ തുന്നിപ്പിടിപ്പിച്ചിരുന്ന തുണിപ്പട്ട ദ്രവിച്ചുപോയിട്ടുണ്ടായിരുന്നു. സഹപ്രവർത്തകരായ ഗുമസ്തന്മാരുടെ പരിഹാസശരങ്ങൾ സദാ പതിച്ചിരുന്ന മറ്റൊരു വസ്തുവാണ് അക്കാക്കി അക്കാക്കിയെവിച്ചിന്റെ ആ ഓവർക്കോട്ടെന്ന് നമ്മൾ ഓർക്കണം. ഓവർക്കോട്ടെന്ന അതിന്റെ മാന്യമായ പേരുപോലും അവർ 'പുറംക്കുപ്പായം' എന്നാക്കി മാറ്റിയിരുന്നു. സത്യം പറയാമല്ലോ, അക്കാക്കിയുടെ ഓവർക്കോട്ട് ഒരു വിചിത്രവസ്തുതന്നെയായിരുന്നു. ഓരോ വർഷം കഴിയുന്തോറും അതിന്റെ കോളർ ചെറുതായിക്കൊണ്ടിരുന്നു. അതിന് കാരണവുമുണ്ട്. ആ കോളറിൽനിന്നും തുണി വെട്ടിയെടുത്തിട്ടാണ് അയാൾ ആ കോട്ടിന്റെ മറ്റുഭാഗങ്ങളിലെ പിഞ്ഞിക്കീറലുകൾ തുന്നി

ച്ചേർത്തിരുന്നത്. ആ വെട്ടിത്തയ്ക്കലുകൾ തുന്നൽപ്പണിക്കാരുടെ തൊഴിലിന് ഒരുതരത്തിലും യോജിക്കാത്തവിധം ദയനീയവും അവിദഗ്ധവുമായിരുന്നു. കോട്ടിന്റെ പലഭാഗത്തും അത്തരം ഏച്ചുകെട്ടലുകൾ തൂങ്ങിക്കിടന്നിരുന്നു. പ്രശ്നത്തിന്റെ ഉറവിടം കണ്ടുപിടിച്ചതോടെ അക്കാക്കി അക്കാക്കിയെവിച്ച് തന്റെ കോട്ട് തയ്യൽക്കാരനായ പെത്രോവിച്ചിനെ കാണിക്കാൻ തീരുമാനിച്ചു. ആ കെട്ടിടത്തിന്റെ പിൻവശത്ത് നാലാമത്തെ നിലയിലെവിടെയോ ആയിരുന്നു പെത്രോവിച്ചിന്റെ താമസം. മുഖംനിറയെ വസൂരിക്കലകളുള്ള ഒരു കോങ്കണ്ണനായിരുന്നു അയാൾ. എങ്കിലും പഴയട്രൗസറുകൾ കോട്ടുകൾ എന്നിവയുടെ കേടുപാടുകൾ മാറ്റുന്നതിൽ അയാൾ വിദഗ്ധനായിരുന്നു. അതിന്റെയർഥം സുബോധമുള്ളപ്പോഴും മറ്റു ജോലിയില്ലാത്തപ്പോഴും അയാൾ അത്തരം പണികൾ ഭംഗിയായി ചെയ്തിരുന്നു എന്നുമാത്രമാണ്. ഈ തയ്യൽക്കാരനെക്കുറിച്ച് കൂടുതലെന്തെങ്കിലും പറയേണ്ടതുണ്ടെന്ന് തോന്നുന്നില്ല. എങ്കിലും കഥകളിൽ പ്രത്യക്ഷപ്പെടുന്ന ഏതു കഥാപാത്രത്തേയുംകുറിച്ച് ഒരു വിവരണം നൽകുന്നത് ഇക്കാലത്ത് കഥാകൃത്തുക്കൾ ഒരു പതിവായിരിക്കുന്ന സ്ഥിതിക്ക് പെത്രോവിച്ചിനെക്കുറിച്ച് അൽപ്പം പറയാതിരിക്കുന്നതും ശരിയല്ലല്ലോ... ആദ്യമെല്ലാം ആളുകൾ അയാളെ ഗ്രിഗറി എന്നാണ് വിളിച്ചിരുന്നത്. അന്ന് അയാൾ ഏതോ ജന്മിയുടെ ആശ്രിതനായിരുന്നു. അതിൽനിന്നും മോചനം നേടിയതിനുശേഷം അയാൾ പെത്രോവിച്ച് എന്ന പേരു സ്വീകരിക്കുകയും പുണ്യവാളന്മാരുടെ തിരുനാൾ ദിനങ്ങളിൽ മദ്യപിക്കുന്നത് ഒരു ശീലമാക്കുകയും ചെയ്തു. തുടക്കത്തിൽ ഏറ്റവും പ്രധാനപ്പെട്ട ദിവസങ്ങളിൽ മാത്രമേ അയാൾ കുടിച്ചിരുന്നുള്ളൂ. ക്രമേണ കലണ്ടറിൽ കുരിശടയാളമുള്ള എല്ലാ അവധിദിവസങ്ങളിലും കുടിച്ചു കൂത്താടുന്നത് അയാളുടെ സ്വഭാവമായിത്തീർന്നു. ഈയൊരു കാര്യത്തിൽ അയാൾ നമ്മുടെ പൂർവികന്മാരെപ്പോലെയായിരുന്നു. ഭാര്യയുമായി കലഹിക്കുമ്പോൾ അയാൾ അവരെ അവിശ്വാസി, ജർമൻക്കാരി എന്നൊക്കെ വിളിച്ചിരുന്നു. ഓ... ഞാനിപ്പോൾ അയാളുടെ ഭാര്യയേയും അവതരിപ്പിച്ചുകഴിഞ്ഞു. ഇനിയിപ്പോൾ അവരെക്കുറിച്ചും രണ്ടുവാക്ക് പറയാതിരിക്കാൻ പറ്റുമോ? നിർഭാഗ്യവശാൽ ആ സ്ത്രീയെക്കുറിച്ച് കൂടുതലൊന്നും എനിക്കറിയില്ല. സാധാരണ സ്ത്രീകളെപ്പോലെ തൂവാല തലയിൽകെട്ടുന്നതിനുപകരം മാന്യവനിതകളെപ്പോലെ കസവുതൊപ്പി ധരിക്കുന്ന ഒരു സ്ത്രീയാണ് അവരെന്നുമാത്രം എല്ലാവർക്കും അറിയാം. അവർ വലിയ സുന്ദരിയൊന്നുമായിരുന്നില്ല. അവർ കടന്നുപോകുമ്പോൾ കാവൽഭടന്മാർ മാത്രമേ മീശ വിരിച്ചുകൊണ്ട് അവരുടെ നേരെ കടക്കണ്ണെറിയുകയും നാക്കുകൊണ്ട് ചില വികൃതശബ്ദങ്ങളുണ്ടാക്കുകയും ചെയ്തിരുന്നുള്ളൂ.

അക്കാക്കി അക്കാക്കിയെവിച്ച് പെത്രോവിച്ചിന്റെ താമസസ്ഥലത്തേക്കുള്ള കോണിപ്പടികൾ കയറി. സെന്റ് പീറ്റേഴ്സ് ബർഗിലെ മറ്റെല്ലാ കെട്ടിടങ്ങളുടേയും പിറകുവശത്തെ കോണിപോലെതന്നെ വെള്ളവും

ചപ്പുചവറുകളും കൂടിക്കുഴഞ്ഞ് വൃത്തിഹീനമായി ദുർഗന്ധവും വമിച്ചുകൊണ്ട് കിടന്നിരുന്ന ഒരു കോണിയായിരുന്നു അതും. കോട്ട് നന്നാക്കുന്നതിന് പെത്രോവിച്ച് തന്നോട് എത്ര പണം ചോദിക്കുമെന്ന് ആലോചിക്കുകയും എന്തുതന്നെ വന്നാലും താൻ രണ്ടു റൂബിളിൽ കൂടുതൽ കൊടുക്കില്ലെന്നു തീരുമാനിക്കുകയും ചെയ്തുകൊണ്ടാണ് അയാൾ കോണിപ്പടികൾ കയറിയത്. പെത്രോവിച്ചിന്റെ ഭാര്യ മീൻ വറുത്തപ്പോഴുണ്ടായ പുകപടലത്തിൽ ഒന്നും കാണാനാവാത്ത ഒരവസ്ഥയുണ്ടായിരുന്നതിനാൽ തുറന്നുകിടന്നിരുന്ന വാതിലിലൂടെ അക്കാക്കി അക്കാക്കിയെവിച്ച് അകത്തേക്കു കയറിയത് ആ സ്ത്രീയുടെ കണ്ണിൽപ്പെട്ടില്ല. മുറിയിലെത്തിയ അയാൾ കണ്ടത് ഒരു വലിയ മേശയുടെ മുകളിൽ സുൽത്താനെപ്പോലെ കാലുകൾ മടക്കിവെച്ച് ഇരിക്കുന്ന പെത്രോവിച്ചിനെയാണ്. അയാളുടെ പാദങ്ങൾ നഗ്നമായിരുന്നു. സാധാരണയായി തയ്യൽക്കാർ ജോലിസമയത്ത് ഷൂസിടാറില്ലല്ലോ... പെത്രോവിച്ച് എന്ന മനുഷ്യന്റെ ഏറ്റവും സവിശേഷതയാർന്ന ഭാഗം അയാളുടെ കാലിന്റെ പെരുവിരലായിരുന്നു. ആമത്തോടുപോലെ കട്ടിയുള്ള, പൊട്ടിപ്പൊളിഞ്ഞ നഖത്തോടുകൂടിയ ആ വിരൽ അക്കാക്കി അക്കാക്കിയെവിച്ചിന് സുപരിചിതമായിരുന്നു. പെത്രോവിച്ചിന്റെ കഴുത്തിൽ നൂലും പട്ടുനൂലും കൂട്ടിച്ചുറ്റിയ ഒരു ഉണ്ട തൂങ്ങിക്കിടക്കുന്നുണ്ടായിരുന്നു. അയാളുടെ മടിയിൽ വെട്ടിയെടുത്ത തുണിക്കഷണങ്ങളുണ്ടായിരുന്നു. കുറേനേരമായി ഒരു സൂചിയിൽ നൂല് കോർക്കാനുള്ള ഭഗീരഥപ്രയത്നത്തിലേർപ്പെട്ടിരുന്നതിനാൽ അയാൾക്ക് മുറിയിലെ ഇരുട്ടിനോടും ആ നൂലിനോടു തന്നെയും കടുത്ത അമർഷം തോന്നയിരുന്നു. ഇടയ്ക്കിടെ അയാളിങ്ങനെ മുരണ്ടുകൊണ്ടിരുന്നു. "എടാ നശിച്ച നൂലേ, നീയൊന്ന് വേഗം കേറുന്നുണ്ടോ? മനുഷ്യനെ ഭ്രാന്തു പിടിപ്പിക്കാൻ ഈ നാശത്തിനെ കഴിഞ്ഞിട്ടേയുള്ളൂ..." പെത്രോവിച്ച് ചൂടായിരിക്കുന്ന സമയത്താണല്ലോ താൻ വന്നിരിക്കുന്നതെന്നോർത്തപ്പോൾ അക്കാക്കി അക്കാക്കിയെവിച്ചിന് നിരാശ തോന്നി. പെത്രോവിച്ച് നല്ല മൂഡിലായിരിക്കുമ്പോൾ, അതായത് അയാളുടെ ഭാര്യയുടെ ഭാഷയിൽ പറഞ്ഞാൽ "ആ കോങ്കണ്ണൻ പിശാച് കുപ്പിയും കാലിയാക്കിയിരിക്കുമ്പോൾ" അയാളെ സമീപിക്കാനാണ് അക്കാക്കി അക്കാക്കിയെവിച്ചിന് താൽപ്പര്യം. ആസമയത്ത് പെത്രോവിച്ച് കൂടുതൽ സൗമ്യനും വിനയാന്വിതനുമായിരിക്കും. ഏൽപ്പിക്കുന്ന ജോലി മറുത്തൊന്നും പറയാതെ സ്വീകരിക്കുകയും ചെയ്യും. ഭർത്താവ് കുടിച്ച് വെളിവില്ലാത്ത അവസ്ഥയിലായിരുന്നതിനാൽ കൂലി വളരെ കുറച്ചാണ് പറഞ്ഞതെന്ന് അയാളുടെ ഭാര്യ പിന്നീട് പരാതിപ്പെടുമെന്നത് സത്യമാണ്. അപ്പോൾ ഒരു പത്തു കോപ്പെക്ക് കൂടി കൊടുത്താൽ ആ പ്രശ്നം തീരുകയും ചെയ്യും. എന്നാലിപ്പോൾ അതല്ലല്ലോ സ്ഥിതി. പെത്രോവിച്ച് തികച്ചും ബോധമുള്ളവനാണിപ്പോൾ അതുകൊണ്ട് തന്നെ സംസാരിക്കാൻ താൽപ്പര്യമില്ലാത്തവനും കടുംപിടുത്തക്കാരനും അന്യായമായി കൂലി ചോദിക്കാൻ മടിയില്ലാത്തവനുമാണ്.

അക്കാക്കി അക്കാക്കിയെവിച്ച് തിരിച്ചുപോയാലോ എന്ന് ഒരുനിമിഷം ചിന്തിച്ചു. പക്ഷേ, അപ്പോഴേക്കും പെത്രോവിച്ചിന്റെ തകരാറില്ലാത്ത കണ്ണ് അയാളുടെ മേൽ പതിച്ചുകഴിഞ്ഞിരുന്നു. നിവൃത്തിയില്ലാതെ അക്കാക്കി അക്കാക്കിയെവിച്ചിന് പറയേണ്ടിവന്നു "നമസ്കാരം പെത്രോവിച്ച്..."

തനിക്ക് എന്താണ് കൊണ്ടുവന്നിരിക്കുന്നതെന്നറിയുന്നതിനുവേണ്ടി അക്കാക്കി അക്കാക്കിയെവിച്ചിന്റെ കൈയിലേക്കു നോക്കിക്കൊണ്ട് അയാൾ മറുപടി പറഞ്ഞു.

"നമസ്കാരം സാർ..."

"ഒന്നുമില്ല.. ഞാൻ വെറുതെ ഇതിലെ പോയപ്പോൾ ഒന്നു കയറിയതാ.. ഇതൊന്ന്.."

ആവശ്യമില്ലാത്ത ക്രിയാവിശേഷണങ്ങളും അപ്രധാനവും സന്ദർഭോചിതമല്ലാത്തതുമായ ചില പ്രയോഗങ്ങളുമായിരുന്നു അക്കാക്കി അക്കാക്കിയെവിച്ചിന്റെ സംസാരത്തിൽ ഏറിയ പങ്കും എന്നുപറയാൻ ഈ സന്ദർഭത്തിൽ ഞാനാഗ്രഹിക്കുകയാണ്. ചിന്താക്കുഴപ്പമുണ്ടാക്കുന്ന ഒരു സന്ദർഭത്തിലാണെങ്കിൽ അയാൾ വാക്കുകൾ പൂർണമാക്കാതെ "മനസിലായില്ലേ, ഞാൻ പറഞ്ഞില്ലേ..." എന്നൊക്കെ പറഞ്ഞ് അവസാനിപ്പിക്കുകയാണ് പതിവ്. താനെല്ലാം മുമ്പ് പറഞ്ഞുകഴിഞ്ഞതാണെന്ന ഭാവത്തിലായിരിക്കും അയാൾ സംസാരിക്കുന്നത്.

"എന്താ കാര്യം?" എന്നു ചോദിച്ചുകൊണ്ട് പെത്രോവിച്ച് തന്റെ നല്ല കണ്ണുകൊണ്ട് അക്കാക്കി അക്കാക്കിയെവിച്ചിന്റെ കോട്ട് പരിശോധിക്കാൻ തുടങ്ങി. കോളർ, കൈകൾ, പിൻഭാഗം, സ്ട്രാപ്പുകൾ, ബട്ടണിടുന്ന ദ്വാരങ്ങൾ എന്നിങ്ങനെ തനിക്ക് സുപരിചിതമായ താൻ തന്നെ തുന്നി ശരിയാക്കിയിട്ടുള്ള അതിന്റെ എല്ലാ ഭാഗങ്ങളിലും അയാളുടെ കണ്ണുകൾ ഓടിനടന്നു. തങ്ങളുടെ സ്ഥിരം കക്ഷികളെ കാണുമ്പോൾ തയ്യൽക്കാർ അങ്ങനെ ചെയ്യുന്നത് പതിവാണ്.

"ഇതാണ് കാര്യം പെത്രോവിച്ച്.. ഇതാ ഈ കോട്ട് കണ്ടില്ലേ? കാര്യമായ കുഴപ്പമൊന്നുമില്ല കേട്ടോ.. അപ്പടി പൊടിയാണെന്നേയുള്ളൂ. സത്യത്തിൽ 'ഇത്' അത്ര പഴയതൊന്നുമല്ല. ഇവിടെ ഒരൽപ്പം... പുറത്തും ഒരു തോളിലും മാത്രം അൽപ്പം പിഞ്ഞിയിട്ടുണ്ട്. അത്ര വലിയ പണിയൊന്നുമില്ല." പെത്രോവിച്ച് ആ 'പുറം കുപ്പായം' വാങ്ങി മേശപ്പുറത്ത് നിവർത്തിയിട്ടു സസൂക്ഷ്മം പരിശോധിക്കാൻ തുടങ്ങി. പിന്നെ, തലയാട്ടിക്കൊണ്ട് ഏന്തി വലിഞ്ഞ് ജനൽപ്പടിയിൽ വച്ചിരുന്ന പൊടി ഡപ്പി കൈയിലെടുത്തു. അതിന്റെ അടപ്പിൽ ഒരു ജനറലിന്റെ ചിത്രമുണ്ടായിരുന്നു. എന്നാൽ ആരാണ് ആ ജനറലെന്നു പറയാൻ നിവൃത്തിയില്ല. കാരണം അദ്ദേഹത്തിന്റെ തലയുടെ ഭാഗത്ത് ആരോ ഒരു ദ്വാരമുണ്ടാക്കിവച്ചിരുന്നു. ആ ദ്വാരം ഒരു കഷണം കടലാസുകൊണ്ട് ഒട്ടിച്ചു മറച്ചിട്ടുണ്ടായിരുന്നു.

പെത്രോവിച്ച് ഒരു നുള്ള് പൊടിവലിച്ച് കോട്ടെടുത്ത് വെളിച്ചത്തിനു നേരെ പിടിച്ചു. എന്നിട്ട് വീണ്ടും തലകുലുക്കി. പൊടി ഡപ്പിയെടുത്ത്

ജനറലിന്റെ ചിത്രമുള്ള അടപ്പ് തുറന്ന് വീണ്ടും ഒരു നുള്ള് പൊടിയെടുത്ത് വലിച്ചു. അതിനുശേഷം ഡപ്പി അടച്ച് യഥാസ്ഥാനത്തു വച്ച് അയാൾ പറഞ്ഞു. "ഇനി ഇതൊന്നും ചെയ്യാൻ കഴിയില്ല. തുണി മുഴുവൻ അത്രയ്ക്കും ദ്രവിച്ചിരിക്കുകയാണ്..."

അതുകേട്ടതോടെ അക്കാക്കി അക്കാക്കിയെവിച്ചിന്റെ മനസിടിഞ്ഞു.

"അങ്ങനെ പറയല്ലേ പെത്രോവിച്ച്..." യാചനാസ്വരത്തിൽ അയാൾ പറഞ്ഞു. "സത്യത്തിൽ ഇതിന്റെ തോൾഭാഗത്തുമാത്രമേ കീറലുള്ളൂ. നിങ്ങളുടെ കൈവശം ഏതെങ്കിലും തുണിക്കഷണമുണ്ടെങ്കിൽ അതു കൊണ്ടൊന്ന്..."

"തുണിക്കഷണമില്ലാത്തതുകൊണ്ടല്ല; അതുകൊണ്ട് ഒരു കാര്യവു മില്ലാത്തതുകൊണ്ടാണ്. എനിക്കിത് തയ്ച്ചു പിടിപ്പിക്കാൻ തീരെ നിർവാ ഹമില്ല. കോട്ടു മുഴുവനും പിഞ്ഞിയിരിക്കുകയാണ്. ഒരു സൂചികുത്തി യാലുടനെ കീറിപ്പോകുന്ന പരുവത്തിലാണത്.."

"കീറിയാൽ അവിടെയും ഒരു കഷണം വെച്ച് തയ്ച്ചാൽ പോരേ?" അക്കാക്കി അക്കാക്കിയെവിച്ച് ചോദിച്ചു.

"കഷണം വെച്ചാൽത്തന്നെ അതവിടെ ഉറച്ചു നിൽക്കില്ല. എല്ലായി ടവും പിഞ്ഞിക്കീറിയിരിക്കുകയാണ്. ഒരു നല്ല കാറ്റടിച്ചാൽ മതി ആകെ പൊടിഞ്ഞുപോകും..."

"എങ്ങനെയെങ്കിലും ശരിയാക്കാൻ പറ്റില്ലേ?'

"ഒരിക്കലും പറ്റില്ല" പെത്രോവിച്ച് തീർത്തു പറഞ്ഞു. "ഇനി ഇത് ഒരിക്കലും ശരിയാക്കാൻ പറ്റില്ല. വേണമെങ്കിൽ മുറിച്ച് പട്ടീസുണ്ടാക്കാം. ഇക്കാലത്ത് സോക്സുകൊണ്ടൊന്നും തണുപ്പു മാറില്ല. പട്ടീസുതന്നെ വേണ്ടിവരും. പണമുണ്ടാക്കാൻവേണ്ടി ജർമൻകാർ കണ്ടുപിടിച്ചതാണ്. ഈ സോക്സെന്നു പറയുന്ന സാധനം (തരം കിട്ടുമ്പോഴൊക്കെ ജർമൻകാരെ കുറ്റപ്പെടുത്തുന്നത് നമ്മുടെ പെത്രോവിച്ചിനൊരു ഹരമാ യിരുന്നു). നിങ്ങൾക്കിനി പുതിയ ഒരു കോട്ടു വാങ്ങുകയേ തരമുള്ളൂ."

'പുതിയ കോട്ട്' എന്നു കേട്ടമാത്രയിൽ അക്കാക്കി അക്കാക്കിയെവി ച്ചിനു തലകറങ്ങി. ആ മുറിയും അതിനുള്ളിലെ സാധനങ്ങളുമെല്ലാം തനി ക്കു ചുറ്റും കറങ്ങുന്നതായി അയാൾക്കുതോന്നി. പെത്രോവിച്ചിന്റെ പൊടി ഡപ്പിയുടെ അടപ്പിലെ മുഖത്തു കടലാസൊട്ടിച്ച ജനറലിന്റെ ചിത്രം മാത്രമേ അയാൾക്ക് വ്യക്തമായി കാണാൻ കഴിഞ്ഞുള്ളൂ.

"പുതിയ കോട്ടോ?" ആലസ്യത്തിൽനിന്നും ഉണർന്ന ഒരാളെപ്പോലെ അയാൾ ചോദിച്ചു. "അതിന് എന്റെ കയ്യിലെവിടെയാ പണം?" "അതെ; പുതിയ കോട്ടുതന്നെ.... ഇതിനി ഒന്നിനും കൊള്ളില്ല." ഒരു വിട്ടുവീ ഴ്ചയ്ക്കും തയാറാകാതെ പെത്രോവിച്ച് പറഞ്ഞു.

"അങ്ങനെയാണെങ്കിൽ അതിനെത്ര... നിങ്ങൾക്കറിയില്ലേ?"

"എത്ര പണം വേണ്ടിവരുമെന്നാണോ?"

"അതെ..."

"ഒരു നൂറ്റിയമ്പത് റൂബിളെങ്കിലും വേണ്ടിവരും." അർഥഗർഭമായി ചുണ്ടുകടിച്ചുകൊണ്ട് പെത്രോവിച്ച് പറഞ്ഞു. കടുത്ത ഭാഷയിൽ സംസാരിച്ച് ആളുകളെ വിരട്ടുന്നതിൽ ആ മനുഷ്യന് പ്രത്യേകമായൊരു താൽപ്പര്യം തന്നെയുണ്ടായിരുന്നു. താൻ പറയുന്നതു കേട്ട് അമ്പരന്നു നിൽക്കുന്ന ആളുകളുടെ മുഖഭാവം രഹസ്യമായി നോക്കി രസിക്കുകയായിരുന്നു അയാളുടെ പ്രധാന വിനോദം. .

"എന്ത്? ഒരു കോട്ടിന് നൂറ്റമ്പത് റൂബിളോ?" ജീവിതത്തിൽ എപ്പോഴും അങ്ങേയറ്റം പതുക്കെമാത്രം സംസാരിച്ചിരുന്ന അക്കാക്കി അക്കാക്കിയെവിച്ച് അന്നാദ്യമായി ഒച്ചയിട്ടുകൊണ്ട് ചോദിച്ചു.

"അതേ സാർ..." പെത്രോവിച്ച് പറഞ്ഞു.

"അതിലും വിലകൂടിയ ഇനങ്ങളുമുണ്ട്. കീരിരോമം കൊണ്ടുള്ള കോളറും സിൽക്കിന്റെ പട്ടയും ഒരു തൊപ്പിയും പിടിപ്പിച്ചാൽ ഇരുന്നൂറിന്റെ മുകളിലാവും."

"മതി പെത്രോവിച്ച്..." അക്കാക്കി അക്കാക്കിയെവിച്ച് ചെവിപൊത്തിക്കൊണ്ട് പറഞ്ഞു.

"ദയവു ചെയ്ത് എങ്ങനെയെങ്കിലും ഈ കീറലുകൾ ഒന്ന് തുന്നിക്കൂട്ടിത്തരൂ. കുറച്ചുദിവസംകൂടി എനിക്കിത് ഉപയോഗിക്കണം. അതിനുള്ള പരുവത്തിലാക്കിത്തന്നാൽ മതി..."

"തീരെ പറ്റില്ല. അതുകൊണ്ട് ഒരു ഗുണവുമുണ്ടാകില്ല. പണവും സമയവും വെറുതെ നഷ്ടപ്പെടുകയേ ഉള്ളൂ."

അവസാനത്തെ ആ വിധി കേട്ടതോടെ അക്കാക്കി അക്കാക്കിയെവിച്ച് ഹതാശനായി. പെത്രോവിച്ചിനോട് യാത്ര പറഞ്ഞ് അയാൾ പുറത്തേക്കിറങ്ങി.

തന്റെ കക്ഷി പോയിക്കഴിഞ്ഞിട്ടും ഏറെനേരം പെത്രോവിച്ച് ജോലിയൊന്നും ചെയ്യാതെ ചുണ്ടു കടിച്ചുകൊണ്ട് അതേയിരപ്പ് ഇരുന്നു. തന്നേയും തന്റെ തൊഴിലിനേയും താൻ അപമാനിച്ചിട്ടില്ലെന്ന ചിന്ത അയാളെ ആഹ്ലാദിപ്പിച്ചു.

ആ സമയം അക്കാക്കി അക്കാക്കിയെവിച്ച് ഒരു സ്വപ്നാടകനെപ്പോലെ തെരുവിലൂടെ നടക്കുകയായിരുന്നു.

"അപ്പോൾ അതാണ് കാര്യം..." അയാൾ സ്വയം പറഞ്ഞു. "വല്ലാത്തൊരു കഷ്ടം തന്നെ." കുറച്ചുനേരത്തെ മൗനത്തിനുശേഷം അയാൾ വീണ്ടും തന്നോടുതന്നെ പറഞ്ഞു.

"വല്ലാത്തൊരു കഷ്ടം തന്നെ എന്തൊക്കെ ഗുലുമാലുകളാണ് വരുന്നത്! നിനച്ചിരിക്കാതെ ഓരോന്ന്..." അതിനിടെ വീട്ടിലേക്കു നടക്കുന്നതിനുപകരം അക്കാക്കി അക്കാക്കിയെവിച്ച് എതിർദിശയിലേക്കു നടക്കാൻ തുടങ്ങി. വഴിയിൽവെച്ച് ചിമ്മിനി വൃത്തിയാക്കുന്ന ഒരാൾ അയാളുടെ ദേഹത്തുവന്നു മുട്ടി. അക്കാക്കി അക്കാക്കിയെവിച്ചിന്റെ മുതുകിൽ കട്ടിയുള്ള കരി പറ്റിപ്പിടിച്ചു. അതിനുശേഷം പണി നടന്നുകൊണ്ടിരിക്കുന്ന

ഒരു കെട്ടിടത്തിന്റെ മുകളിൽനിന്നും ആരോ താഴേക്കെറിഞ്ഞ കുമ്മായത്തിന്റെ കുറേഭാഗം അയാളുടെ തൊപ്പിയിൽ വന്നു പതിച്ചു. എന്നാൽ അയാൾ അതൊന്നും അറിയുന്നുണ്ടായിരുന്നില്ല. കൈയിലുണ്ടായിരുന്ന കുന്തം താഴെവെച്ച് ഡപ്പിയിൽനിന്നും മൂക്കുപ്പൊടി എടുക്കുകയായിരുന്ന ഒരു പൊലീസുകാരനെ ചെന്നു മുട്ടിയപ്പോഴാണ് അയാൾക്ക് പരിസരബോധം വന്നത്. അതുതന്നെ പൊലീസുകാരന്റെ കടുത്ത ചീത്ത വിളി കേട്ടതുകൊണ്ടുമാത്രം. "ഏതു നരകത്തിലേക്കാണെടാ കഴുതേ പോകുന്നത്? നിനക്ക് നടക്കാൻ റോഡിനിത്രയും വീതി പോരെന്നുണ്ടോ? ശവം..." അപ്പോൾ ഏതോ വിഭ്രമാത്മകതയിൽനിന്നും ഉണർന്നവനെപ്പോലെ അക്കാക്കി അക്കാക്കിയെവിച്ച് ഞെട്ടിക്കൊണ്ട് ചുറ്റും നോക്കി. തനിക്ക് വഴിതെറ്റിയിരിക്കുന്നുവെന്ന് അയാൾക്ക് മനസിലായി. അതിനെത്തുടർന്ന് അയാൾ തിരിച്ചു നടന്നു. ആ സംഭവത്തിനുശേഷം ചിന്തകളുടെ മേൽ ഒരു നിയന്ത്രണമേർപ്പെടുത്താൻ അയാൾ തീരുമാനിച്ചു. അതുകൊണ്ട് തന്നെ കാര്യങ്ങളെല്ലാം ഇപ്പോൾ അതിന്റേതായ അർഥത്തിലെടുക്കാൻ അയാൾക്ക് കഴിഞ്ഞു. തന്റെ പതിവുള്ള അസ്പഷ്ടമായ സംസാരത്തിനു പകരം മനസിലുള്ളതെല്ലാം തുറന്നുപറയാവുന്ന നല്ലൊരു സുഹൃത്തുമായി കാര്യങ്ങൾ ചർച്ച ചെയ്യുന്നമട്ടിൽ അയാൾ കാര്യഗൗരവത്തോടെ തന്നോടു തന്നെ സംസാരിക്കാൻ തുടങ്ങി.

"ഇനിയും പെത്രോവിച്ചിനോട് തർക്കിച്ചിട്ടു കാര്യമില്ല. അയാളൊരു... അയാളെ ഭാര്യ പേടിപ്പിച്ചു നിർത്തിയതുപോലെയുണ്ട്. അയാളെ ഞായറാഴ്ച രാവിലെ കാണുന്നതാണ് നല്ലത്. ശനിയാഴ്ച വൈകുന്നേരത്തെ കുടിയും കഴിഞ്ഞ് രാവിലെ ഉറക്കപ്പിച്ചിൽ, മദ്യത്തിന്റെ കെട്ടുവിടാതെയിരിക്കുന്ന അവസരത്തിൽ അൽപ്പംകൂടി കുടിക്കണമെന്ന് അയാൾക്ക് തോന്നും. പക്ഷേ, ഭാര്യ അയാൾക്ക് ഒരുമില്ലിക്കാശുപോലും നൽകില്ല. അപ്പോൾ ഞാനയാൾക്ക് ഒരു പത്തുകോപ്പക്ക് നൽകിയാൽ പറയുന്നതെന്തും അയാൾ അനുസരിക്കും. ആ കോട്ട് ഒരുപക്ഷേ... ചിന്തകൾ ഈ രീതിയിൽ മുന്നേറിയപ്പോൾ അക്കാക്കി അക്കാക്കിയെവിച്ചിന് അൽപ്പം ഉന്മേഷം തോന്നി. അടുത്ത ഞായറാഴ്ച രാവിലെ പെത്രോവിച്ചിന്റെ ഭാര്യ വീട്ടിലില്ലാത്ത സമയംനോക്കി അക്കാക്കി അക്കാക്കിയെവിച്ച് അവിടെയെത്തി. അയാൾ വിചാരിച്ചിരുന്നതുപോലെത്തന്നെ, മത്തുപിടിച്ച്, ഉറക്കം തൂങ്ങി പെത്രോവിച്ച് അവിടെയിരിക്കുന്നുണ്ടായിരുന്നു. പക്ഷേ, അക്കാക്കി അക്കാക്കിയെവിച്ച് കോട്ടിനെക്കുറിച്ച് സംസാരിക്കാൻ തുടങ്ങിയപ്പോഴേക്കും ചെകുത്താന്റെ പ്രേരണയിലെന്നപോലെ പെത്രോവിച്ച് പറഞ്ഞു. "അതു പറ്റില്ല, നിങ്ങൾ ഇനി പുതിയ കോട്ട് തുന്നിക്കാതെ നിവൃത്തിയില്ല." അപ്പോൾ അക്കാക്കി അക്കാക്കിയെവിച്ച് പത്തു കോപ്പെക്കിന്റെ നാണയം അയാളുടെ കൈയിൽ വച്ചുകൊടുത്തു. അതുകണ്ടപ്പോൾ സന്തോഷത്തോടെ പെത്രോവിച്ച് പറഞ്ഞു.

നന്ദി സ്നേഹിതാ, ഞാനൊന്ന് മിനുങ്ങിയിട്ട് വരാം. നിങ്ങളുടെ ആരോ

ഗ്യത്തിനുവേണ്ടി ഞാൻ പ്രാർഥിക്കാം. പക്ഷേ, ദൈവത്തെയോർത്ത് നിങ്ങളുടെ കോട്ട് നന്നാക്കിത്തരാൻ എന്നോട് പറയരുത്. അതിനി ഒന്നിനും കൊള്ളില്ല. പുതിയ ഒരു കോട്ട് ഞാൻ നിങ്ങൾക്കു തയ്ച്ചു തരാം. ഒന്നാന്തരമൊരു ഓവർക്കോട്ട്..."

പഴയ കോട്ടുതന്നെ നന്നാക്കിത്തന്നാൽ മതിയെന്ന് അക്കാക്കി അക്കാക്കിയെവിച്ച് ഒരിക്കൽക്കൂടി പറഞ്ഞു നോക്കിയെങ്കിലും ഫലമുണ്ടായില്ല. അയാൾ പറഞ്ഞതൊന്നും കേൾക്കാനുള്ള ക്ഷമയില്ലാതെ പെത്രോവിച്ച് തീർത്തുപറഞ്ഞു. "നിങ്ങളൊന്നും ഇനി പറയേണ്ട. പുതിയ ഒരു കോട്ട് ഞാൻ നിങ്ങൾക്കു തയ്ച്ചു തരാം. അക്കാര്യത്തിൽ പേടിക്കേണ്ട. ഞാനത് വളരെ ഭംഗിയായി ചെയ്തുതരാം. പുതിയ ഫാഷനിൽ കോളറിൽ വെള്ളിക്കൊളുത്തുകൾ പിടിപ്പിക്കാം..." ഇത്രയുമായപ്പോൾ ഇനി മറ്റു പോംവഴിയൊന്നുമില്ലെന്നു അക്കാക്കി അക്കാക്കിയെവിച്ചിന് മനസിലായി. പുതിയ കോട്ട് തയ്പ്പിക്കാതെ നിവൃത്തിയില്ല. അയാളാകെ നിരാശനായിത്തീർന്നു. പുതിയ കോട്ടിനുള്ള പണം എവിടെ നിന്നുണ്ടാക്കാനാണ്? പെരുന്നാളിന് ബോണസ് ഇനത്തിൽ എന്തെങ്കിലും കിട്ടുമെന്ന് തീർച്ചയാണ്. പക്ഷേ, ആ പണം മറ്റു കാര്യങ്ങൾക്കായി പണ്ടേ നീക്കിവെച്ചതാണ്. ഒരു ട്രൗസർ തയ്പ്പിക്കാനുണ്ട്. ബൂട്ടിന്റെ മുകൾഭാഗം മാറ്റിവെച്ചതിന് ചെരിപ്പുകുത്തിക്ക് കുറച്ചുപണംകൂടി കൊടുക്കാനുണ്ട്. മൂന്ന് പുതിയ ഷർട്ട് വാങ്ങണം. രണ്ടു ജോഡി അടിവസ്ത്രങ്ങളും അവയുടെ പേര് അച്ചടിക്കുന്നത് മോശമായതിനാൽ പറയുന്നില്ല – വേണം. പിന്നെ ആ പണത്തിൽ മിച്ചമെന്തെങ്കിലും ഉണ്ടാകുമോ? പതിവുള്ള നാൽപ്പത് റൂബിളിനുപകരം ഡയറക്ടറോട് കെഞ്ചി അഞ്ചോ പത്തോ അധികമായി വാങ്ങിയാൽത്തന്നെ ഓവർക്കോട്ടിന്റെ വിലയാകുന്ന മഹാസമുദ്രത്തിലെ ഒരുതുള്ളി മാത്രമേ ആവുകയുള്ളൂ. ഒരുതരത്തിലും യോജിക്കാനാവാത്ത വിധം വലിയ ഒരു തുക ആദ്യം തന്നെ പറയുകയെന്നത് പെത്രോവിച്ചിന്റെ സ്വഭാവമാണെന്ന് അയാൾക്കറിയാം. പെത്രോവിച്ചിന്റെ ഭാര്യപോലും പലപ്പോഴും അതുകേട്ട് അമ്പരന്ന് ഇങ്ങനെ പറയാറുണ്ട്. "കിറുക്കനായ മനുഷ്യാ.. നിങ്ങൾക്കെന്താ മുഴുഭ്രാന്തായോ? ചിലപ്പോൾ കാണാം വെറുതെ ജോലി ചെയ്തുകൊടുക്കുന്നു. അല്ലെങ്കിൽ തന്നെ വിറ്റുകിട്ടുന്നതിനേക്കാൾ കൂടുതൽ പണം ചോദിക്കും...വട്ടൻ..." അതുകൊണ്ടുതന്നെ എങ്ങനെയെങ്കിലും ഒരു എൺപതു റൂബിൾ സംഘടിപ്പിച്ചുകൊടുത്താൽ പെത്രോവിച്ച് കോട്ടുണ്ടാക്കിത്തരുമെന്ന് അയാൾ പ്രതീക്ഷിച്ചു. പക്ഷേ, ആ പണംപോലും എങ്ങനെയുണ്ടാക്കും? ഒരുപക്ഷേ, അതിന്റെ പകുതിയോളം അയാൾക്കെങ്ങനെയെങ്കിലും ഉണ്ടാക്കാൻ കഴിഞ്ഞേക്കും. പക്ഷേ, ബാക്കി പകുതിക്ക് എന്തുചെയ്യും? ഈയവസരത്തിൽ മറ്റൊരുകാര്യം വായനക്കാരെ അറിയിക്കുവാൻ ഞാൻ ആഗ്രഹിക്കുകയാണ്. ഓരോ റൂബിൾ ചെലവഴിക്കുമ്പോഴും അതിൽനിന്നും രണ്ടു കോപ്പെക്ക് ഒരു ചെറിയ പെട്ടിയിലിട്ടു വയ്ക്കുന്ന സ്വഭാവം

അക്കാക്കി അക്കാക്കിയെവിച്ചിനുണ്ടായിരുന്നു. ആറുമാസം കൂടുമ്പോൾ അയാൾ ആ ചെമ്പുനാണയങ്ങളെടുക്കുകയും അവയ്ക്കു തുല്യമായ വെള്ളിനാണയങ്ങൾ ഇട്ടു വയ്ക്കുകയും ചെയ്യും. വർഷങ്ങളായി അയാൾ ഇങ്ങനെ ചെയ്യുന്നു. ആ സമ്പാദ്യം ഏകദേശം നാൽപ്പതു റൂബിളുണ്ടാകും. പക്ഷേ ബാക്കി നാൽപ്പത് എങ്ങനെയുണ്ടാക്കും? അക്കാക്കി അക്കാക്കിയെവിച്ച് തല പുകഞ്ഞാലോചിച്ചു. അടുത്ത ഒരുവർഷത്തേക്ക് തന്റെ ദൈനം ദിന ചെലവുകളിൽ കർശനമായ നിയന്ത്രണം ഏർപ്പെടുത്തുക മാത്രമേ വഴിയുള്ളൂവെന്ന് ഒടുവിൽ അയാൾക്കു മനസിലായി. വൈകുന്നേരത്തെ ചായ വേണ്ടെന്നു വയ്ക്കണം. വൈകുന്നേരത്തെ മെഴുകുതിരി കത്തിക്കലും നിർത്തണം. ആ സമയത്ത് പ്രത്യേകിച്ച് ജോലിയെന്തെങ്കിലും ചെയ്യേണ്ടതുണ്ടെങ്കിൽ വീട്ടുടമസ്ഥയുടെ മുറിയിൽപ്പോയി അവിടുത്തെ മെഴുകുതിരി വെളിച്ചത്തിൽ ചെയ്യാം. കൽപ്പാതയിലൂടെ നടക്കുമ്പോൾ ഷൂസ് തേഞ്ഞു പോകാതിരിക്കാൻ ചുവടുകൾ സൂക്ഷിച്ച്, സാവധാനത്തിൽ വയ്ക്കാം. തുണിയലക്കിന്റെ ചെലവ് ചുരുക്കാനായി വീട്ടിലെത്തിയാലുടൻ വസ്ത്രം മാറ്റി വില കുറഞ്ഞ ഡ്രസ്സിംഗ് ഗൗൺ മാത്രം ധരിക്കണം. ആ ഗൗൺ പഴഞ്ചനായിട്ടുണ്ടെന്നത് സത്യമാണ്. എങ്കിലും കാലപ്പഴക്കം പൂർണമായും അതിനെ ബാധിച്ചിട്ടില്ല. സത്യം പറഞ്ഞാൽ ഇത്ര കർശനമായ നിയന്ത്രണത്തോടെ ജീവിക്കുവാൻ ആദ്യമൊക്കെ അയാൾക്ക് നന്നേ കഷ്ടപ്പെടേണ്ടി വന്നു. എങ്കിലും ക്രമേണ അയാൾ അതുമായി പൊരുത്തപ്പെട്ടു. വൈകുന്നേരം ആഹാരമൊന്നും കഴിക്കാതെ ജീവിക്കാൻ അയാളിപ്പോൾ ശീലിച്ചുകഴിഞ്ഞു. അപ്പോഴെല്ലാം പുതിയ കോട്ടിനെക്കുറിച്ചുള്ള പ്രതീക്ഷയിൽനിന്നും ലഭിച്ച മാനസികോർജം അയാളെ തുണച്ചിരുന്നു. ഈ പുതിയ ദിനചര്യ തന്റെ ജീവിതത്തെ കൂടുതൽ അർഥസമ്പുഷ്ടമാക്കുന്നുണ്ടെന്ന് അയാൾക്കു തോന്നി. താൻ വിവാഹിതനായതുപോലെ ജീവിതത്തിന്റെ സുഖദുഃഖങ്ങൾ അനുഭവിക്കാൻ തനിക്കൊരു പങ്കാളിയെ കിട്ടിയതുപോലെ, ഇവിടുന്നങ്ങോട്ടുള്ള തന്റെ ജീവിതയാത്രയിൽ ഒരു ആത്മമിത്രത്തെ കണ്ടെത്തിയതുപോലെ അയാൾക്കുതോന്നി. ആ ആത്മമിത്രം അയാളുടെ പുതിയ ഓവർക്കോട്ടായിരുന്നു. ഉറപ്പും ഭംഗിയുമുള്ള തുണികൊണ്ട് ലൈനിങ് വെച്ച് സുഖപ്രദമായ ചൂട് പകർന്നു നൽകുന്ന തന്റെ പുതിയ ഓവർക്കോട്ട് അതിനെത്തുടർന്ന് അക്കാക്കി അക്കാക്കിയെവിച്ചിന്റെ ജീവിതം കൂടുതൽ സാർഥകവും ഉല്ലാസപ്രദവുമായി. ജീവിതലക്ഷ്യം കണ്ടെത്തിയ ഒരാളുടെ സംതൃപ്തിയും സമാധാനവും അയാൾക്ക് കൈവന്നു. അയാളുടെ പൊതുവെയുള്ള പെരുമാറ്റത്തിലും മുഖഭാവത്തിലും പ്രകടമായിരുന്ന ഭീരുത്വവും ആശങ്കയും അപ്രത്യക്ഷമായി. അയാളുടെ മനസിന്റെ ചാഞ്ചാട്ടവും അസ്പഷ്ടതയും ഇല്ലാതായി. ചിലപ്പോൾ അയാളുടെ കണ്ണുകൾ പ്രകാശപൂരിതമാകും. ധീരോദാത്തമായ ചിന്തകളും വികാരങ്ങളും അയാളുടെ മനസിൽ മിന്നിമറയും. തന്റെ കോട്ടിൽ കീരിരോമംകൊണ്ടുള്ള

കോളർ തന്നെ വച്ചുപിടിപ്പിച്ചാലോ? ഇത്തരം ചിന്തകൾ അയാളെ പലപ്പോഴും അന്യമനസ്കനാക്കിയിരുന്നു. ഒരിക്കൽ പകർപ്പെഴുതിക്കൊണ്ടിരിക്കെ ഒരു തെറ്റു പറ്റേണ്ടതായിരുന്നു. അപ്പോഴേക്കും അയാളത് കണ്ടെത്തുകയും "എന്റെ കർത്താവേ" എന്ന് ഉറക്കെ വിളിച്ചുകൊണ്ട് കുരിശു വരയ്ക്കുകയും ചെയ്തു. മാസത്തിൽ ഒരുതവണയെങ്കിലും പെത്രോവിച്ചിന്റെ കടയിൽ ചെന്ന് പുതിയ ഓവർക്കോട്ടിന്റെ കാര്യമെന്തായി എന്നു തിരക്കുന്നത് അയാളുടെ ശീലമായിത്തീർന്നിരുന്നു. കോട്ടിന്റെ തുണി എവിടെനിന്നും വാങ്ങുന്നതാണ് ഏറ്റവും നല്ലത്, ഏത് നിറമാണ് കൂടുതൽ നന്നാവുക അതിനെത്ര ചെലവുവരും എന്നിങ്ങനെ അനേകം ചോദ്യങ്ങൾ പെത്രോവിച്ചിനോട് ചോദിച്ചതിനുശേഷം ആകാംക്ഷാഭരിതനെങ്കിലും അത്യധികം സംതൃപ്തിയോടെ അയാൾ വീട്ടിലേക്കു തിരിക്കും. തന്റെ കോട്ട് കുറച്ചു ദിവസങ്ങൾക്കുള്ളിൽത്തന്നെ യാഥാർത്ഥ്യമായിത്തീരുമെന്ന ചിന്തയാണ് അയാളുടെ മനസിൽ സംതൃപ്തി നിറച്ചത്. അയാൾ പ്രതീക്ഷിച്ചതിലും നേരത്തെത്തന്നെ ആ സുദിനം വന്നു ചേരുകയും ചെയ്തു. അക്കാക്കി അക്കാക്കിയെവിച്ചിന് നാൽപ്പതോ നാൽപ്പത്തിയഞ്ചോ റൂബിൾ ബോണസ് കൊടുക്കുന്നതിനുപകരം ഡയറക്ടർ തികച്ചും അപ്രതീക്ഷിതമായി അറുപത് റൂബിളാണ് നൽകിയത്. അക്കാക്കി അക്കാക്കിയെവിച്ചിന് പുതിയ ഒരു ഓവർക്കോട്ട് തയ്പ്പിക്കുന്നതിനുള്ള സമയം അതിക്രമിച്ചിരിക്കുന്നുവെന്ന് ഡയറക്ടർക്ക് മനസിൽ ഒരു വെളിപാടുണ്ടായതാകാം. അല്ലെങ്കിൽ തികച്ചും യാദൃച്ഛികമായി അങ്ങനെ സംഭവിച്ചതുമാകാം. അതെന്തുതന്നെയായാലും അക്കാക്കി അക്കാക്കിയെവിച്ചിന് തീരെ പ്രതീക്ഷിക്കാതെ ഇരുപത് റൂബിൾ അധികം ലഭിച്ചു എന്നത് സത്യമാണ്. ഇതാകട്ടെ കാര്യങ്ങളെല്ലാം മംഗളകരമാക്കിത്തീർക്കുകയും ചെയ്തു. രണ്ടു മൂന്നു മാസംകൂടി ഞെരുങ്ങി ജീവിച്ചപ്പോഴേക്കും അക്കാക്കി അക്കാക്കിയെവിച്ചിന്റെ കൈവശം ഏകദേശം എൺപതു റൂബിൾ സമ്പാദ്യമുണ്ടായി. സാധാരണ ഗതിയിൽ തികച്ചും പ്രശാന്തമായിരുന്ന അയാളുടെ ഹൃദയം അതിനെത്തുടർന്ന് ഉച്ചത്തിൽ മിടിക്കാൻ തുടങ്ങി. പിറ്റേദിവസം തന്നെ പെത്രോവിച്ചിനേയുംകൂട്ടി അയാൾ ചന്തയിലേക്കു പോയി. നല്ലൊരു കോട്ട് തുന്നുന്നതിനുള്ള മികച്ച തുണി തന്നെയാണ് അവർ വാങ്ങിയത്. അതിൽ അത്ര അത്ഭുതപ്പെടാനൊന്നുമില്ലായിരുന്നു. കാരണം കഴിഞ്ഞ ആറുമാസത്തോളം അവരുടെ പ്രധാന ചർച്ച ആ തുണി വാങ്ങുന്നതിനെക്കുറിച്ചായിരുന്നു. തുണിയുടെ ഗുണവും വിലയും താരതമ്യപ്പെടുത്തി കഴിഞ്ഞ ഓരോ മാസവും അവർ കടകൾ തോറും കയറിയിറങ്ങുകയായിരുന്നു. ഇതിലും നല്ല തുണി വേറെയെവിടെനിന്നും കിട്ടുകയില്ലെന്ന് പെത്രോവിച്ചുപോലും അഭിപ്രായപ്പെട്ടു. ലൈനിങ് പിടിപ്പിക്കുന്നതിന് മേൽത്തരം കാലിക്കോ തുണി തന്നെ അവർ വാങ്ങി. അതിന് സിൽക്കിനേക്കാൾ മിനുസവും തിളക്കവുമുണ്ടെന്നും ഗുണത്തിൽ അത് സിൽക്കിനേക്കാൾ മുന്തിയതാണെന്നും പെത്രോവിച്ച് പറഞ്ഞു. കീരി

രോമംകൊണ്ടുള്ള കോളർ വേണ്ടെന്നു വച്ചു. അതിന് ഭയങ്കര വിലയായിരുന്നു. വില നന്നേ കുറഞ്ഞ, അതേസമയം കീരിരോമമെന്നു തോന്നിക്കുന്ന മറ്റൊരുതരം രോമം കോളറിനുവേണ്ടി അവർ വാങ്ങി. രണ്ടാഴ്ച സമയമാണ് കോട്ടു തുന്നാൻ പെത്രോവിച്ച് ചെലവഴിച്ചത്. അതിന്റെ പല ഭാഗങ്ങളിലും പരുത്തി നിറച്ച് തയ്ക്കാനുണ്ടായിരുന്നതിനാലാണ് അത്രയധികം സമയം വേണ്ടിവന്നത്. തുന്നൽക്കൂലിയായി പന്ത്രണ്ടു റൂബിളാണ് പെത്രോവിച്ച് വാങ്ങിയത്. അത് ഒരിക്കലും കൂടുതലുമായിരുന്നില്ല. സിൽക്കിന്റെ നൂലുകളാണ് അയാൾ അത് തയ്ക്കുന്നതിന് ഉപയോഗിച്ചിരുന്നത്. വളരെ ഭംഗിയായി നല്ല ഉറപ്പും വെടിപ്പുമായാണ് അയാൾ ആ കോട്ട് തുന്നിയത്. മാത്രമല്ല, അതിൽ ചില അലങ്കാരപ്പണികളും അയാൾ ചെയ്തുവച്ചിരുന്നു. പെത്രോവിച്ച് ആ ഓവർക്കോട്ട് പൂർത്തിയാക്കിക്കൊണ്ടു ചെന്ന ദിവസം... അതെന്നായിരുന്നുവെന്ന് കൃത്യമായി പറയാൻ നിർവാഹമില്ല. എന്നാൽ അക്കാക്കി അക്കാക്കിയെവിച്ചിന്റെ ജീവിതത്തിലെ അവിസ്മരണീയമായ ദിവസമായിരുന്നു അതെന്നു പറയുന്നതിൽ തെറ്റില്ല. അക്കാക്കി അക്കാക്കിയെവിച്ചിന് ഓഫീസിലേക്കു പോകുമ്പോൾ ധരിക്കാൻ പാകത്തിന് അതിരാവിലെത്തന്നെ പെത്രോവിച്ച് കോട്ടുമായി വന്നു. തക്കസമയത്തുതന്നെയാണ് അതയാൾക്കു കിട്ടിയതെന്നു പറയാം. കാരണം തണുപ്പിന് കാഠിന്യമേറിത്തുടങ്ങിയിരുന്നു. അത് കൂടുതൽ രൂക്ഷമാകാനുള്ള എല്ലാ സാധ്യതയുമുണ്ടായിരുന്നു. ഒരു യഥാർഥ തുന്നൽക്കാരന് യോജിച്ച വിധത്തിൽ പെത്രോവിച്ച് ആ കോട്ട് അക്കാക്കി അക്കാക്കിയെവിച്ചിന്റെ വീട്ടിലേക്കു കൊണ്ടുവന്നു. അയാളുടെ മുഖത്ത് ഇത്രമാത്രം ഗൗരവം മുമ്പൊരിക്കലും അക്കാക്കി അക്കാക്കിയെവിച്ച് കണ്ടിട്ടുണ്ടായിരുന്നില്ല. താനിപ്പോൾ ചെയ്ത ജോലിയുടെ മഹത്വത്തെക്കുറിച്ചുള്ള അഭിമാനബോധമാണ് അയാളുടെ മനസിനെ തരളിതമാക്കിയത്. കീറിയ തുണികൾ തയ്ക്കുകയും ലൈനിങ് വച്ചുപിടിപ്പിക്കുകയും ചെയ്യുന്ന ഒരു സാധാരണ തുന്നൽക്കാരനും പുതിയ ഒരു കുപ്പായം തന്നെ തയ്ച്ചുണ്ടാക്കുന്ന തുന്നൽക്കാരനും തമ്മിലുള്ള അന്തരം വളരെ വലുതാണെന്ന് അയാൾക്കറിയാമായിരുന്നു. അയാൾ പൊതിയഴിച്ച് കോട്ട് പുറത്തെടുത്തു. അലക്കിത്തേച്ച ഒരു തൂവാലയിലായിരുന്നു അത് പൊതിഞ്ഞിരുന്നത്. പിന്നീട് ഉപയോഗിക്കാൻ വേണ്ടി അയാൾ അത് മടക്കികീശയിലിട്ടു. കോട്ട് ഒന്നുയർത്തിപ്പിടിച്ച് അഭിമാനത്തോടെ കുറച്ചുനേരം അതിലേക്ക് നോക്കി നിന്നിട്ട് അതയാൾ അക്കാക്കി അക്കാക്കിയെവിച്ചിന്റെ ചുമലുകളിലിട്ടു. പിന്നീടയാൾ അതിന്റെ പുറം വലിച്ച് ശരിയാക്കിയിടുകയും കൈകളിടീക്കാതെ ഒരു പുതപ്പുപോലെ അക്കാക്കി അക്കാക്കിയെവിച്ചിനെ പൊതിയുകയും ചെയ്തു. ഒരു കാരണവരുടെ അക്ഷമയോടെ അക്കാക്കി അക്കാക്കിയെവിച്ച് ശരിയായ രീതിയിൽ ആ കോട്ടൊന്നിടുവാൻ തിടുക്കം കൂട്ടി. അവസാനം പെത്രോവിച്ചിന്റെ സഹായത്തോടെ അയാളത് ശരിക്കും ധരിച്ചു. അതയാൾക്ക് നല്ല പാകമായിരു

ന്നു. ചുരുക്കിപ്പറഞ്ഞാൽ അതയാൾക്ക് നന്നായി ചേരുമായിരുന്നു. താൻ താമസിക്കുന്നത് ചെറിയൊരു തെരുവിലായതുകൊണ്ടും, പേരെഴുതിയ ബോർഡ് തന്റെ കടയുടെ മുന്നിൽ തൂക്കിയിട്ടില്ലാത്തതിനാലും, അക്കാക്കി അക്കാക്കിയെവിച്ചിനെ ഏറെ കാലമായി പരിചയമുള്ളതുകൊണ്ടും മാത്രമാണ് ഇത്രയും തുച്ഛമായ കൂലിക്ക് താൻ ഈ കോട്ട് തുന്നിയതെന്ന് പറയാൻ പെത്രോവിച്ച് മറന്നില്ല. നേവ്സ്കിത്തെരുവിലാണ് ഇത് തുന്നിച്ചിരുന്നതെങ്കിൽ തുന്നൽക്കൂലിയായി ചുരുങ്ങിയത് എഴുപത്തിയഞ്ച് റൂബിളെങ്കിലും കൊടുക്കേണ്ടിവരുമെന്നും അയാൾ സൂചിപ്പിച്ചു. എന്തായാലും ആ വിഷയത്തെക്കുറിച്ച് കൂടുതൽ സംസാരിക്കാൻ അക്കാക്കി അക്കാക്കിയെവിച്ചിന് താൽപ്പര്യമില്ലായിരുന്നു. തന്റെ കക്ഷികളെ അമ്പരപ്പിക്കാൻവേണ്ടി പെത്രോവിച്ച് മനഃപൂർവം പറയാറുള്ള ഭീമമായ തുകകളെപ്പറ്റി കേൾക്കാൻ അയാൾ ഇഷ്ടപ്പെട്ടില്ല. പെന്ത്രോവിച്ചിനുള്ള കൂലി കൊടുത്തിട്ട് അയാളോട് നന്ദി പറഞ്ഞ് തന്റെ പുത്തൻ ഓവർക്കോട്ടണിഞ്ഞ് അയാൾ ഓഫീസിലേക്ക് പുറപ്പെട്ടു. പെത്രോവിച്ചും അയാളോടൊപ്പം തെരുവിലേക്കിറങ്ങി. ആ കോട്ട് അകന്നകന്നുപോകുന്നതും നോക്കി ഏറെ നേരത്തോളം അയാൾ വഴിയരികിൽ നിന്നു. പിന്നീടയാൾ ധൃതിയിൽ ഒരു ഊടുവഴിയിലൂടെ നടന്ന് അതേ തെരുവിന്റെ കുറെക്കൂടി മുന്നിലേക്കെത്തി. വീണ്ടും താൻ തയ്ച്ച കോട്ടിന്റെ ഭംഗിയും നുകർന്നുകൊണ്ട് അയാളൊരു മൂലയിൽ നിന്നു. ഇത്തവണ അതിന്റെ മുൻഭാഗമാണ് അയാൾ പരിശോധിച്ചത്. അക്കാക്കി അക്കാക്കിയെവിച്ചാണെങ്കിൽ അത്യധികം ഉത്സാഹത്തോടെയാണ് നടന്നത് തന്റെ ചുമലുകൾക്കുമേൽ പുത്തൻ പുതിയ ഓവർക്കോട്ടാണുള്ളതെന്ന ബോധം അനുനിമിഷം അയാളുടെ മനസിൽ അഭിമാനവും ആവേശവും നിറച്ചുകൊണ്ടിരുന്നു. പലപ്പോഴും അടക്കാനാവാത്ത ആഹ്ലാദത്താൽ അയാൾ അമർത്തിച്ചിരിക്കുകപോലും ചെയ്തു. യഥാർഥത്തിൽ ആ കോട്ടിന് രണ്ടു സവിശേഷതകളാണുണ്ടായിരുന്നത്. ഒന്നാമത് അതിന് നല്ല ചൂടുണ്ടായിരുന്നു. രണ്ടാമത് അതയാൾക്ക് നല്ല പാകമായിരുന്നു. നടന്ന വഴിപോലുമറിയാതെയാണ് അയാൾ ഓഫീസിലെത്തിയത്. ഇടനാഴിയിലെത്തിയപ്പോൾ അയാൾ കോട്ട് ഊരിയെടുത്ത് അത് തിരിച്ചും മറിച്ചും ഏറെനേരം നോക്കി. പിന്നീടയാൾ അത് അവിടുത്തെ കാവൽക്കാരനെ ഏൽപ്പിച്ചു. അക്കാക്കി അക്കാക്കിയെവിച്ചിന്റെ പുറംകുപ്പായം എവിടെയോ അപ്രത്യക്ഷമായെന്നും അതിനുപകരം അയാൾ പുതിയ ഒരു ഓവർകോട്ട് തയ്പ്പിച്ചെന്നും ഇത്രപെട്ടെന്ന് ആ ഓഫീസിലുള്ളവരെല്ലാം അറിഞ്ഞതെങ്ങനെയെന്ന് എനിക്കൊരു പിടിയുമില്ല. അവരെല്ലാവരും ഇടനാഴിയിലേക്ക് ഓടിയെത്തി. അക്കാക്കി അക്കാക്കിയെവിച്ചിനെ അനുമോദിക്കുകയും അയാൾക്ക് സൗഭാഗ്യമുണ്ടാകട്ടെ എന്നാശംസിക്കുകയും ചെയ്തു. ആദ്യമാദ്യം അതെല്ലാം കേട്ട് അക്കാക്കി അക്കാക്കിയെവിച്ച് പുഞ്ചിരിച്ചു. പക്ഷേ, ക്രമേണ അയാൾക്ക് വല്ലാത്ത സങ്കോചം തോന്നി. പുതിയ ഓവർക്കോട്ട്

തയ്പ്പിച്ച വകയിൽ അക്കാക്കി അക്കാക്കിയെവിച്ച് ചെലവുചെയ്യണമെന്നു പറഞ്ഞ് അവരെല്ലാം പിന്നാലെ കൂടിയപ്പോൾ അയാൾ കുഴങ്ങി. അവരുടെ പിടിയിൽനിന്നും എങ്ങനെയാണ് രക്ഷപ്പെടേണ്ടതെന്ന് അയാൾക്കറിയില്ലായിരുന്നു. കുറേനേരത്തിനുശേഷം ഇത് പുതിയതൊന്നുമല്ലെന്നും തന്റെ പഴയ കോട്ടുതന്നെയാണെന്നും പറഞ്ഞ് അയാൾ മെല്ലെ തലയൂരാൻ നോക്കി. അവസാനം അസിസ്റ്റന്റ് ഹെഡ്ക്ലാർക്ക് എന്ന ഉന്നത പദവി അലങ്കരിക്കുന്ന ഉദ്യോഗസ്ഥൻ, തനിക്ക് തലക്കനമൊന്നും തീരെയില്ലെന്നും കീഴ്ജീവനക്കാരുമായി ഇടപഴകാൻ യാതൊരു മടിയുമില്ലെന്നും കാണിക്കാൻ വേണ്ടിയാണെന്നു തോന്നുന്നു, ഇങ്ങനെ പറഞ്ഞു. "അതെന്തെങ്കിലുമാകട്ടെ. അക്കാക്കി അക്കാക്കിയെവിച്ചിനു പകരം ഞാനൊരു സൽക്കാരം നടത്താൻ തീരുമാനിച്ചിരിക്കുന്നു. ഇന്ന് വൈകുന്നേരം നിങ്ങളെല്ലാവരും എന്റെ വീട്ടിലേക്ക് വരണം. ചെറിയ ഒരു ചായ സൽക്കാരം. ഭാഗ്യത്തിന് ഇന്നെന്റെ ജന്മദിനം കൂടിയാണ്." എല്ലാവരും അപ്പോൾ ആർത്തുവിളിച്ചുകൊണ്ട് അസിസ്റ്റന്റ് ഹെഡ്ക്ലാർക്കിനെ അഭിനന്ദിക്കുകയും അയാളുടെ ക്ഷണം സ്വീകരിക്കുകയും ചെയ്തു. ചായ സൽക്കാരത്തിൽ പങ്കെടുക്കാതിരിക്കാൻ അക്കാക്കി അക്കാക്കിയെവിച്ച് എന്തോ ഒഴിവു കഴിവു പറഞ്ഞെങ്കിലും മറ്റുള്ളവർ അയാളെ നിർബന്ധിച്ചുകൊണ്ടിരുന്നു. അയാൾ പങ്കെടുക്കാതിരിക്കുന്നത് മോശമാണെന്ന് അവർ വാദിച്ചു. അവസാനം, ക്ഷണം സ്വീകരിക്കാതെ നിവൃത്തിയില്ലെന്ന് അയാൾക്കു മനസിലായി. അതോടൊപ്പം മറ്റൊരു സന്തോഷകരമായ ചിന്തയും അയാളുടെ മനസിലേക്കെത്തി. തന്റെ പുതിയ കോട്ട് എല്ലാവരുടേയും മുന്നിൽ പ്രദർശിപ്പിക്കുവാൻ പറ്റിയ ഒരവസരമാണല്ലോ ഇത്.. അതിനെത്തുടർന്ന് ആ സൽക്കാരത്തിൽ പങ്കെടുക്കുവാൻ അയാൾക്ക് താൽപ്പര്യം തോന്നിത്തുടങ്ങി. അന്നത്തെ പകൽ മുഴുവൻ അക്കാക്കി അക്കാക്കിയെവിച്ചിനെ സംബന്ധിച്ചിടത്തോളം ജീവിതത്തിലെ ഏറ്റവും ആഹ്ലാദം നിറഞ്ഞ സമയമായിരുന്നു. അന്നു വൈകുന്നേരം വീട്ടിലേക്കു പോകുമ്പോൾ അയാൾ അതീവ സന്തുഷ്ടനായിരുന്നു. വീട്ടിലെത്തിയ ഉടൻ അയാൾ കോട്ട് ഊരി ശ്രദ്ധാപൂർവം ഒരു കൊളുത്തിൽ തൂക്കിയിട്ട് വാത്സല്യഭാവത്തിൽ അതിനെത്തന്നെ നോക്കിനിന്നു. പിന്നീട് ഒരു താരതമ്യത്തിനുവേണ്ടി അയാൾ തന്റെ പഴയ കോട്ട് എടുത്തുകൊണ്ടുവന്നു. "എന്റെ കർത്താവേ രണ്ടും തമ്മിലെന്തു വ്യത്യാസമാണ്! ചുക്കും ചുണ്ണാമ്പും പോലെ... കടലും കടലാടിയും പോലെ!" അവ തമ്മിലുള്ള അന്തരം കണ്ട് അയാൾ പൊട്ടിച്ചിരിച്ചു പോയി. തന്റെ പഴയ പുറംകുപ്പായത്തിന്റെ ശോച്യാവസ്ഥയെക്കുറിച്ചോർത്ത് ഭക്ഷണ സമയത്തുപോലും അയാൾ അടക്കിച്ചിരിക്കുന്നുണ്ടായിരുന്നു. മുമ്പൊന്നുമില്ലാത്ത രുചിയോടെയാണ് അന്നയാൾ ഭക്ഷണം കഴിച്ചത്. അതിനുശേഷം പതിവുള്ള പകർപ്പെഴുത്തിന് അന്നയാൾ മുതിർന്നില്ല. പകരം ഒരലസനെപ്പോലെ കട്ടിലിൽ കയറിക്കിടന്നു. നേരം ഇരുട്ടിത്തുടങ്ങിയപ്പോഴാണ് അയാൾ എഴുന്നേറ്റത്. പിന്നെ ഒട്ടും

വൈകാതെ തന്റെ പുതിയ കോട്ടു ധരിച്ച് അയാൾ പുറത്തേക്കിറങ്ങി. ചായ സൽക്കാരം നടത്തുന്ന ഉദ്യോഗസ്ഥൻ ഏത് തെരുവിലാണ് താമസിക്കുന്നതെന്ന് കൃത്യമായി പറയാൻ എനിക്ക് കഴിയില്ല. എന്റെ ഓർമ്മശക്തി ആകപ്പാടെ തകിടം മറിഞ്ഞിരിക്കുകയാണെന്നു തോന്നുന്നു. സെന്റ് പീറ്റേഴ്സ് ബർഗിലുള്ള എല്ലാം, അവിടുത്തെ തെരുവുകളും കെട്ടിടങ്ങളും ഉൾപ്പെടെയുള്ള എല്ലാം എന്റെ തലയ്ക്കകത്ത് കൂടിക്കുഴഞ്ഞു കിടക്കുകയാണ്. അതിൽനിന്നും ഏതെങ്കിലും ഒന്ന് അതിന്റെ യഥാർഥ രൂപത്തിൽ വേർതിരിച്ചെടുക്കാൻ ഞാൻ അശക്തനാണ്. എങ്കിലും ഒരു കാര്യം ഉറപ്പിച്ചു പറായം. ആ ഉദ്യോഗസ്ഥൻ താമസിച്ചിരുന്നത് സെന്റ് പീറ്റേഴ്സ് ബർഗിലെ പ്രധാനപ്പെട്ട ഒരു തെരുവിലായിരുന്നു. അക്കാക്കി അക്കാക്കിയെവിച്ചിന്റെ താമസസ്ഥലത്തിനടുത്തായിരുന്നില്ല എന്നു സാരം. വെളിച്ചം കമ്മിയായ മിക്കവാറും ശൂന്യമായ തെരുവിലൂടെയാണ് അക്കാക്കി അക്കാക്കിയെവിച്ച് ആദ്യം നടന്നത്. എന്നാൽ ഉദ്യോഗസ്ഥന്റെ താമസസ്ഥലമടുക്കുന്തോറും തെരുവ് പ്രകാശമാനമാവുകയും ഒച്ചയും ബഹളവും നിറഞ്ഞതാവുകയും ചെയ്തു. മനോഹരമായ വേഷവിധാനങ്ങളണിഞ്ഞ സ്ത്രീകളും നീർനായയുടെ രോമം കൊണ്ടുണ്ടാക്കിയ കോളർ പിടിപ്പിച്ച കോട്ടുകൾ ധരിച്ച പുരുഷന്മാരും അവിടെയുണ്ടായിരുന്നു. പിച്ചള ആണി തറച്ച പലകകൊണ്ടുണ്ടാക്കിയ വിലകുറഞ്ഞ വാടക വണ്ടികളോടിക്കുന്നവരുടെ എണ്ണം കുറഞ്ഞുവന്നു. അവരുടെ സ്ഥാനത്ത് ചുവന്ന തലപ്പാവു ധരിച്ച പരിഷ്കാരികളായ വണ്ടിക്കാരെ ധാരാളമായി കാണാനായി. കരടിത്തോലുകൊണ്ട് അലങ്കരിച്ച തെന്നുവണ്ടികളും ചായംതേച്ച് മനോഹരമാക്കിയ ഇരിപ്പിടങ്ങളോടുകൂടിയ വണ്ടികളും അവർ തെരുവിലൂടെ വേഗത്തിൽ ഓടിച്ചുകൊണ്ടിരുന്നു. ഈ കാഴ്ചകളെല്ലാം ആശ്ചര്യത്തോടെയാണ് അക്കാക്കി അക്കാക്കിയെവിച്ച് നോക്കിക്കണ്ടത് (വൈകുന്നേരങ്ങളിൽ അയാൾ പുറത്തിറങ്ങാതായിട്ട് വർഷങ്ങൾ ഏറെ കഴിഞ്ഞിരുന്നുവെന്ന കാര്യം മാന്യവായനക്കാരെ ഞാൻ ഓർമിപ്പിക്കുകയാണ്). ഒരു കടയുടെ മുന്നിലെത്തിയപ്പോൾ അവിടുത്തെ ദീപാലംകൃതമായ കണ്ണാടിക്കൂട്ടിനുള്ളിലെ ചിത്രത്തിലേക്ക് അയാൾ ഏറെ നേരം നോക്കിനിന്നു. സുന്ദരിയായ ഒരു യുവതി ഷൂസഴിച്ച് മാറ്റുന്ന ചിത്രമായിരുന്നു അത്. അവളുടെ വടിവൊത്ത നഗ്നമായ കണങ്കാലുകൾ യഥാർഥമെന്നു തോന്നിക്കുംവിധം മനോഹരമായി അതിൽ ചിത്രീകരിച്ചിരുന്നു. അക്കാക്കി അക്കാക്കിയെവിച്ച് തലക്കുലുക്കി അടക്കിച്ചിരിച്ചുകൊണ്ട് മുന്നോട്ടു നടന്നു. ശീലമില്ലെങ്കിലും ഒരുൾപ്രേരണയാൽ ഏതൊരാളിലും വൈകാരികാനുഭൂതികൾ പകരുന്ന ഒരു കാഴ്ച കണ്ടിട്ടായിരിക്കാം അയാൾ ചിരിച്ചത്. അഥവാ അയാളുടെ സ്ഥാനത്ത് മറ്റേതൊരു ഉദ്യോഗസ്ഥനും ചിന്തിക്കുമായിരുന്നതുപോലെ അയാളും ചിന്തിച്ചതാവാം."ഈ ഫ്രഞ്ചുകാരുടെ ഒരുകാര്യം. എന്തെങ്കിലുമൊന്ന് നേടണമെന്നു വിചാരിച്ചാൽ അവർ അത് നേടിയിരിക്കും." ഇനി ഒരുപക്ഷേ അയാൾ

ഇങ്ങനെയൊന്നും ചിന്തിച്ചിരുന്നില്ലെന്നും വരാം. മറ്റുള്ളവരുടെ മനസി നുള്ളിലെന്താണെന്ന് കണ്ടുപിടിക്കാനൊന്നും നമുക്കാവില്ലല്ലോ... അവ സാനം അസിസ്റ്റന്റ് ഹെഡ്ക്ലാർക്കിന്റെ വാടകഫ്ളാറ്റിനു മുന്നിൽ അയാൾ എത്തിച്ചേർന്നു. ഭേദപ്പെട്ട ജീവിതം നയിച്ചിരുന്ന ഒരാളായിരുന്നു അസി സ്റ്റന്റ് ഹെഡ്ക്ലാർക്ക്. രണ്ടാമത്തെ നിലയിലെ അദ്ദേഹത്തിന്റെ ഫ്ളാറ്റി ലേക്കുള്ള കോണിയിൽ ഒരു വിളക്ക് കത്തുന്നുണ്ടായിരുന്നു. അയാൾ ഹാളിലെത്തി. തറയിൽ ചെരിപ്പുകൾ നിരനിരയായി വച്ചിരുന്നു. ഹാളിന്റെ നടുവിൽ ഒരു സമോവർ തിളയ്ക്കുന്നുണ്ടായിരുന്നു. ഇടയ്ക്കിടെ അതിൽനിന്നും നീരാവി പുറത്തേക്ക് വമിച്ചുകൊണ്ടിരുന്നു. ഹാളിന്റെ ചുമ രിൽ വളരെയധികം കോട്ടുകളും പുറംകുപ്പായങ്ങളും തൂക്കിയിട്ടിരുന്നു. വളരെയേറെ വിലയുള്ള അലങ്കാരപ്പണികൾ നിറഞ്ഞവയായിരുന്നു. അവ യിൽ പലതും. അകത്തെ മുറിയിൽ നിന്നും പാട്ടും ചിരിയും ബഹളവും കേൾക്കുന്നുണ്ടായിരുന്നു. ഒഴിഞ്ഞ കപ്പുകളും പാൽപ്പാത്രവും ബിസ്കറ്റും വച്ച ട്രേയുമായി ഒരു വേലക്കാരൻ വാതിൽ തുറന്ന് പുറത്തുകടന്നപ്പോൾ ആ കോലാഹലങ്ങളെല്ലാം സ്പഷ്ടമായി അയാൾക്കു കേൾക്കാൻ കഴി ഞ്ഞു. ചായസൽക്കാരം നേരത്തെത്തന്നെ ആരംഭിച്ചിട്ടുണ്ടെന്ന് തീർച്ച യായി. തന്റെ കോട്ട് തൂക്കിയിട്ടതിനു ശേഷം അക്കാക്കി അക്കാക്കിയെ വിച്ച് അകത്തേക്കു ചെന്നു. അവിടുത്തെ മെഴുകുതിരികളുടെയും ഉദ്യോ ഗസ്ഥന്മാരുടെയും പൈപ്പുകളുടെയും ചീട്ടുകളി മേശകളുടെയും ആധിക്യം കണ്ട് അയാൾ അത്ഭുതസ്തബ്ധനായി നിന്നുപോയി. ആളു കളുടെ ചിരിയും ബഹളവും കസേരകളും മറ്റും വലിച്ചിടുന്ന ശബ്ദവും കൂടിച്ചേർന്ന് അയാളുടെ കാതുകളിൽ വലിയൊരു ഇരമ്പമുണ്ടായി. എന്തു ചെയ്യണമെന്നറിയാതെ അയാൾ മുറിയുടെ നടുവിൽ അന്ധാളിപ്പോടെ നിന്നു. എന്നാൽ അപ്പോഴേക്കും അയാളുടെ സാന്നിധ്യം മറ്റുള്ളവർ അറി ഞ്ഞുകഴിഞ്ഞിരുന്നു. ആർപ്പുവിളികളുമായി അവർ അയാളെ സ്വീകരി ച്ചു. അടുത്തനിമിഷം അയാളുടെ പുതിയ ഓവർകോട്ട് കാണാനുള്ള ആഗ്ര ഹത്തോടെ അവരെല്ലാം ഹാളിലേക്ക് ഓടിച്ചെന്നു. അക്കാക്കി അക്കാക്കി യെവിച്ചിന് ആദ്യമൊക്കെ സങ്കോചം തോന്നിയെങ്കിലും തന്റെ കോട്ടി നെച്ചൊല്ലി അവർ നല്ല വാക്കുകൾ പറയുന്നതു കേട്ടപ്പോൾ ആ സാധു വിന്റെ മനസിൽ സന്തോഷവും അഭിമാനവും നിറഞ്ഞു. കുറച്ചു നേര ത്തിനുശേഷം അവരെല്ലാവരും ചീട്ടുകളി മേശയ്ക്കരികിലേക്ക് നീങ്ങി. ആളുകളുടെ ഈ ബഹളവും ഉല്ലാസത്തിമിർപ്പും അക്കാക്കി അക്കാക്കി യെവിച്ചിന് തികച്ചും പുതുമയാർന്ന അനുഭവമായിരുന്നു. തന്റെ ഈ രൂപത്തെ എവിടെയാണൊതുക്കി വയ്ക്കേണ്ടതെന്ന് അയാൾക്കറിയില്ലാ യിരുന്നു. അവസാനം അയാൾ ഒരു ചീട്ടുകളിമേശയ്ക്കരികിൽ പോയി രുന്നു. കളിക്കാരുടെ മുഖങ്ങളിലേക്കും അവരുടെ ചീട്ടുകളിലേക്കും മാറി മാറി നോക്കിക്കൊണ്ട് അയാൾ ഏറെനേരം അവിടെയിരുന്നു. പക്ഷേ, ക്രമേണ അത് വിരസമായി തോന്നിയതോടെ അയാൾ കോട്ടുവായിടാൻ

തുടങ്ങി. മാത്രമല്ല, സാധാരണഗതിയിൽ അയാൾ ഉറങ്ങാറുള്ള സമയം എപ്പോഴോ കഴിഞ്ഞിരുന്നു. ആതിഥേയനോട് യാത്രപറഞ്ഞ് വേഗമൊന്ന് പുറത്തിറങ്ങാൻ അയാൾ ആഗ്രഹിച്ചെങ്കിലും അതിന് കഴിഞ്ഞില്ല. മറ്റുള്ളവർ അയാളെ പോകാനനുവദിച്ചില്ല. പുതിയ കോട്ട് വാങ്ങിയത് ആഘോഷിക്കാനായി ഒരു ഗ്ലാസ് ഷാംപെയിൻ കഴിക്കുവാൻ അവരെല്ലാം അയാളെ നിർബന്ധിച്ചു. ഒരുമണിക്കൂറിനു ശേഷം അത്താഴം വിളമ്പി. വിവിധതരം സലാഡുകളും തണുപ്പിച്ച മാട്ടിറച്ചിയും മധുര പലഹാരങ്ങളും ഷാംപെയിനുമുണ്ടായിരുന്നു. രണ്ടു ഗ്ലാസ് ഷാംപെയിൻ കഴിക്കുവാൻ അക്കാക്കി അക്കാക്കിയെവിച്ച് നിർബന്ധിതനായി. അത് അകത്താക്കിക്കഴിഞ്ഞതോടെ ആ മുറിയും അവിടുത്തെ ബഹളമയമായ അന്തരീക്ഷവും അയാൾക്ക് ആഹ്ലാദപ്രദമായിതോന്നി. എങ്കിലും അർധരാത്രി കഴിഞ്ഞെന്നും തനിക്ക് വീട്ടിലേക്ക് മടങ്ങാനുള്ള നേരം അതിക്രമിച്ചിരിക്കുകയാണെന്നുമുള്ള ബോധം അയാളുടെ മനസിനെ നിരന്തരം മഥിച്ചുകൊണ്ടിരുന്നു. ആ അവസ്ഥയിൽ ഏറെനേരം അവിടെ തങ്ങാൻ അയാൾക്കു കഴിഞ്ഞില്ല. ആതിഥേയനോട് പറഞ്ഞാൽ അദ്ദേഹം വിടില്ലെന്ന് അക്കാക്കി അക്കാക്കിയെവിച്ചിന് നന്നായറിയാമായിരുന്നു. അതുകൊണ്ടുതന്നെ ആരുടേയും ശ്രദ്ധയിൽപ്പെടാതെ രഹസ്യമായി അയാൾ മുറിക്കു പുറത്തുകടന്നു. ഹാളിലെത്തിയ ഉടനെ അയാൾ തന്റെ കോട്ട് തിരഞ്ഞു. അത് താഴെ വീണുകിടക്കുന്നത് കണ്ടപ്പോൾ അയാൾക്ക് അൽപ്പം വിഷമം തോന്നാതിരുന്നില്ല. അയാൾ അതെടുത്ത് നന്നായി കുടയുകയും അതിൽ പറ്റിപ്പിടിച്ചിരുന്ന രോമങ്ങളും കടലാസുതുണ്ടുകളും മറ്റും എടുത്തുകളയുകയും ചെയ്തു. എന്നിട്ട് അതെടുത്ത് തന്റെ ചുമലുകൾക്ക് മീതെയിട്ടു. അതിനുശേഷം ബദ്ധപ്പെട്ട് കോണിയിറങ്ങി തെരുവിലെത്തി. പുറത്ത് അപ്പോഴും നല്ല വെളിച്ചമുണ്ടായിരുന്നു. നഗരത്തിലെ പാവപ്പെട്ടവരും പരിചാരകവൃത്തിയിലേർപ്പെട്ടവരും തങ്ങളുടെ വിനോദകേന്ദ്രങ്ങളായി ഉപയോഗിക്കാറുള്ള ചെറിയ കടകൾ അപ്പോഴും അടച്ചിട്ടുണ്ടായിരുന്നില്ല. മറ്റു കടകളെല്ലാം അടച്ചിരുന്നെങ്കിലും അവയുടെ വാതിൽപ്പഴുതിലൂടെ പ്രകാശത്തിന്റെ നേർത്ത പാളികൾ പുറത്തേക്കെത്തി നോക്കുന്നുണ്ടായിരുന്നു. അതിന്റെയർഥം അവയ്ക്കുള്ളിൽ ആളുകളുണ്ടെന്നായിരുന്നു. പരിചാരകന്മാരും പരിചാരികമാരും അവിടെ കൂടിയിരുന്ന് വെടിപറഞ്ഞ് സമയം കൊല്ലുകയാവാം. അവരൊക്കെ എവിടെപ്പോയെന്ന് അവരുടെ യജമാനന്മാരും യജമാനത്തികളും അത്ഭുതപ്പെടുന്നുണ്ടാകും. ഒരു ലോകജേതാവിന്റെ മാനസികാവസ്ഥയോടെ അക്കാക്കി അക്കാക്കിയെവിച്ച് ആ തെരുവിലൂടെ നടന്നു. ഒരിടത്തെത്തിയപ്പൾ ശരീരം മുഴുവനും അതിവേഗം ചലിപ്പിച്ചുകൊണ്ട് അയാളെ കടന്നുപോയ ഒരു സ്ത്രീയുടെ പിന്നാലെ പ്രത്യേകിച്ചൊരു കാരണവുമില്ലാതെ അയാൾ കുറച്ചുദൂരം ഓടുകപോലും ചെയ്തു. എന്നാൽ അടുത്തക്ഷണം തന്നെ അയാൾ ഓട്ടം നിർത്തി പഴയതുപോലെ നടക്കാൻ തുടങ്ങി. എന്തിനാണ് താനിപ്പോൾ ഓടിയതെന്ന്

അയാൾ ഒരുനിമിഷം അത്ഭുതപ്പെടുകയും ചെയ്തു. നടന്നു നടന്ന് അയാൾ വിജനമായ തെരുവുകളിലെത്തി. പകൽ സമയത്തുപോലും അധികം ആളുകൾ അതിലൂടെ സഞ്ചരിക്കാറില്ല. അപ്പോൾ പിന്നെ രാത്രിയിലെ കഥ പറയാനുണ്ടോ? ആ സമയത്ത് ആ സ്ഥലം കൂടുതൽ ഭയാനകവും വിജനവുമായി തോന്നി. തെരുവുവിളക്കുകളുടെ എണ്ണം കുറഞ്ഞു തുടങ്ങി. അവ തമ്മിലുള്ള അകലം വർധിച്ചു കൊണ്ടിരുന്നു. വിളക്കിലൊഴിക്കാനുള്ള എണ്ണയ്ക്ക് ആ സ്ഥലങ്ങളിലെല്ലാം വലിയ ക്ഷാമമാണെന്നു തോന്നുന്നു. ക്രമേണ ഇഷ്ടികയ്ക്കും ഇരുമ്പിനുംപകരം മരംകൊണ്ടുള്ള വീടുകളും വേലികളും കാണാൻ തുടങ്ങി. അവിടെ ആകെയുണ്ടായിരുന്ന വെളിച്ചം താഴെ വീണുകിടക്കുന്ന പൊടിമഞ്ഞിന്റെ തിളക്കമായിരുന്നു. ഒരു ജീവിയെപ്പോലും എവിടെയും കാണാനുണ്ടായിരുന്നില്ല. ഇരുണ്ട വാതിലുകൾക്കു പിന്നിൽ ഉയരം കുറഞ്ഞ കുടിലുകൾ ശോകമൂകമായ ഭാവത്തിൽ മയങ്ങിക്കിടന്നു. അവസാനം ഒരു വലിയ മൈതാനത്തിനു മുന്നിൽ അയാൾ എത്തിച്ചേർന്നു. ഭയാനകമാംവിധം വിജനമായിരുന്നു ആ സ്ഥലം. മൈതാനത്തിന്റെ മറുവശത്തുള്ള കെട്ടിടങ്ങൾ ഇരുട്ടുമൂലം കാണാൻ കഴിഞ്ഞിരുന്നില്ല. മൈതാനത്തിന്റെ ഒരറ്റത്തുള്ള കാവൽപ്പുരയിൽ ചെറിയ ഒരു വിളക്ക് കത്തുന്നുണ്ടായിരുന്നു. ആ പ്രകാശം ഭൂമിയുടെ തന്നെ മറ്റേ അറ്റത്തു നിന്നാണെന്ന് അയാൾക്കു തോന്നി. അയാളുടെ ഉത്സാഹവും ആഹ്ലാദവും ആ സ്ഥലത്തെത്തിയപ്പോഴേക്കും എന്തുകൊണ്ടോ അപ്രത്യക്ഷമായിരുന്നു. അശുഭകരമായ എന്തോ ഒന്നിന്റെ സാന്നിധ്യത്തെക്കുറിച്ച് മുന്നറിയിപ്പ് ലഭിച്ചിട്ടെന്നപോലെ അക്കാക്കി അക്കാക്കിയെവിച്ച് അങ്ങേയറ്റം പരിഭ്രാന്തനായിത്തീർന്നു. തന്റെ പിന്നിൽ ആരെങ്കിലും വരുന്നുണ്ടോ എന്നറിയുവാൻ അയാൾ ഇടയ്ക്കിടെ തലതിരിച്ച് നോക്കിക്കൊണ്ടിരുന്നു. നടുക്കടലിൽ അകപ്പെട്ടുപോയ ഒരാളുടെ മാനസികാവസ്ഥയിലായിരുന്നു അയാൾ. 'തിരിഞ്ഞു നോക്കാതെ നടക്കാം. അതാണ് നല്ലത്...' സ്വയം പറഞ്ഞുകൊണ്ട് കണ്ണുകൾ ഇറുക്കിയടച്ച് അയാൾ ധൃതിയിൽ നടന്നു. കുറേനേരം അങ്ങനെ നടന്നപ്പോൾ താൻ മൈതാനത്തിന്റെ അറ്റത്തെത്തിയോ എന്നറിയുവാനായി അയാൾ കണ്ണു തുറന്നു. വല്ലാത്തൊരു കാഴ്ചയാണ് അപ്പോൾ അയാൾ കണ്ടത്. കൊമ്പൻ മീശയും പരുക്കൻ മുഖവുമുള്ള ചിലർ അയാളുടെ വഴിമുടക്കിക്കൊണ്ട് നിൽക്കുന്നുണ്ടായിരുന്നു. അവർ ആരാണെന്ന് മനസിലാക്കാൻ അയാൾക്ക് കഴിഞ്ഞില്ല. അയാളുടെ കണ്ണുകളിൽ ഇരുട്ടുകയറി. ഹൃദയം പടപടാന്ന് മിടിക്കാൻ തുടങ്ങി. "ഇതെന്റെ ഓവർക്കോട്ടാണ്" എന്നു ഗർജിച്ചുകൊണ്ട് അവരിലൊരാൾ അയാളുടെ കോളറിൽ പിടിച്ചു വലിച്ചു. അക്കാക്കി അക്കാക്കിയെവിച്ച് സഹായത്തിന് ആരെയെങ്കിലും വിളിക്കാനായി വായ തുറന്നെങ്കിലും അപ്പോഴേക്കും മറ്റൊരാൾ മുഷ്ടിചുരുട്ടി– ഒരു ഗുമസ്തന്റെ തലയുടെയത്ര വലിപ്പമുണ്ടായിരുന്നു അതിന് അയാളുടെ വായ പൊത്തിപ്പിടിച്ചുകൊണ്ട് മുരണ്ടു "മിണ്ടിപ്പോകരുത്

കൊന്നുകളയും" അനന്തരം ആരോ ഒരാൾ തന്റെ ഓവർക്കോട്ട് ഊരിയെടുത്തതും ആരുടെയോ ശക്തമായ തൊഴിയേറ്റ് താൻ മഞ്ഞിൻകൂമ്പാരത്തിലേക്ക് മലർന്നടിച്ചു വീണതും മാത്രം അക്കാക്കി അക്കാക്കിയെവിച്ചിന് ഓർമയുണ്ട്. കുറേനേരം കഴിഞ്ഞിട്ടേ അയാൾക്ക് ബോധം വന്നുള്ളൂ. അയാൾ മെല്ലെ എഴുന്നേറ്റു. അപ്പോൾ മറ്റാരും അവിടെയുണ്ടായിരുന്നില്ല. തുറസ്സായ ആ സ്ഥലത്ത് നിൽക്കുമ്പോൾ തന്റെ ശരീരം വല്ലാതെ കുളിരുന്നതായി അയാൾക്ക് തോന്നി. അപ്പോഴാണ് തന്റെ ഓവർക്കോട്ട് നഷ്ടപ്പെട്ടിരിക്കുന്നുവെന്ന സത്യം അയാൾ മനസിലാക്കിയത്. അയാൾ ഉറക്കെവിളിച്ചുകൂവാൻ തുടങ്ങി. പക്ഷേ മൈതാനത്തിന്റെ അപ്പുറത്തേക്കെത്താൻ മാത്രം ആ ശബ്ദത്തിന് കരുത്തുണ്ടായിരുന്നില്ല. മനസുതകർന്ന ഒരു ഭ്രാന്തനെപ്പോലെ അയാൾ ആർത്തുവിളിച്ചുകൊണ്ട് കാവൽപ്പുരയുടെ നേരെ ഓടി. കാവൽപ്പുരയ്ക്കുമുന്നിൽ കുന്തം നിലത്തുറപ്പിച്ച് അതിൽ ചാരി നിന്നുകൊണ്ട് ഡ്യൂട്ടിയിലുണ്ടായിരുന്ന പൊലീസുകാരൻ അക്കാക്കി അക്കാക്കിയെവിച്ചിനെ അമ്പരപ്പോടെ നോക്കി. ആസമയത്ത് ആരാണ് തന്റെ നേരെ ആർത്തുവിളിച്ചുകൊണ്ട് വരുന്നതെന്നറിയാൻ അയാൾക്ക് ആകാംക്ഷയായി. അപ്പോഴേക്കും കിതച്ചുകൊണ്ട് അക്കാക്കി അക്കാക്കിയെവിച്ച് അവിടെയെത്തി. ഡ്യൂട്ടി സമയത്ത് ഉറങ്ങിയെന്നും തന്റെ മൂക്കിനു താഴെ ജനങ്ങളെ കൊള്ളയടിക്കുന്നത് കണ്ടിട്ടും ഒന്നും ചെയ്തില്ലെന്നും പറഞ്ഞ് അയാൾ പൊലീസുകാരനെ ശകാരിക്കാൻ തുടങ്ങി. താൻ അതൊന്നും ശ്രദ്ധിച്ചില്ലെന്നും മൈതാനത്തുവെച്ച് രണ്ടുപേർ അക്കാക്കി അക്കാക്കിയെവിച്ചിനെ തടഞ്ഞുനിറുത്തി സംസാരിക്കുന്നത് കണ്ടപ്പോൾ അവർ സ്നേഹിതന്മാരായിരിക്കുമെന്നുമാണ് താൻ കരുതിയതെന്നും പൊലീസുകാർ പറഞ്ഞു. തന്റെ നേരെ ചാടിക്കുരയ്ക്കാതെ അക്കാക്കി അക്കാക്കിയെവിച്ച് അതിരാവിലെതന്നെ ഹെഡ്കോൺസ്റ്റബിളിനെ ചെന്നുകണ്ട് കാര്യം പറഞ്ഞാൽ ഉടൻ തന്നെ കുറ്റവാളികളെ കണ്ടുപിടിക്കാനുള്ള നടപടികൾ കൈക്കൊള്ളുമെന്നും അയാൾ അറിയിച്ചു. എന്തുചെയ്യണമെന്നറിയാതെ അക്കാക്കി അക്കാക്കിയെവിച്ച് കുറച്ചുനേരം നിശ്ചേഷ്ടനായി നിന്നു. പിന്നീടയാൾ വീട്ടിലേക്ക് ഓടാൻ തുടങ്ങി. തലയുടെ പിൻഭാഗത്തും വശങ്ങളിലും മാത്രമുണ്ടായിരുന്ന അയാളുടെ മുടി അലങ്കോലപ്പെട്ടുകിടന്നിരുന്നു. ശരീരത്തിലും വസ്ത്രത്തിലും മഞ്ഞ് പറ്റിപ്പിടിച്ചിരുന്നു. ആരോ ശക്തിയായി വാതിലിൽ മുട്ടുന്ന ശബ്ദംകേട്ട് ഞെട്ടിയുണർന്ന വീട്ടുടമസ്ഥ ചാടിയെണീറ്റ് നിശാവസ്ത്രത്തിന്റെ മേലെ നെഞ്ചിൽ കൈ പിണച്ചുവെച്ചുകൊണ്ട് ഒരു ചെരിപ്പുമാത്രം കാലിലിട്ട് ധൃതിയിൽ വാതിൽക്കലേക്ക് ഓടി. വാതിൽ തുറന്നപ്പോൾ അകത്തേക്കു കയറിയ അക്കാക്കി അക്കാക്കിയെവിച്ചിന്റെ രൂപം കണ്ടിട്ട് വൃദ്ധയായ ആ സ്ത്രീ വല്ലാതെ പരിഭ്രമിച്ചുപോയി. അയാൾ പറഞ്ഞതുകേട്ട് അവർ കൈകൾ ശക്തിയായി തിരുമ്മുകയും അക്കാക്കി അക്കാക്കിയെവിച്ച് ഉടൻ തന്നെ പൊലീസ് ഇൻസ്പെക്ടറെ കണ്ട് പരാതി

ബോധിപ്പിക്കണമെന്ന് ഉപദേശിക്കുകയും ചെയ്തു. ഹെഡ് കോൺസ്റ്റബിൾ ഒരു നുണയനാണെന്നും എല്ലാം ചെയ്യാമെന്നു പറയുകയല്ലാതെ ഒന്നുംചെയ്യാതെ ആളുകളെ കബളിപ്പിക്കുന്നവനാണെന്നുമായിരുന്നു വൃദ്ധയുടെ ഉറച്ച അഭിപ്രായം. അതുകൊണ്ട് ഇൻസ്പെക്ടറെ ചെന്നു കാണുന്നതാണ് നല്ലത്. മാത്രമല്ല, അദ്ദേഹത്തെ അവർക്ക് ചെറിയ പരിചയവുമുണ്ടായിരുന്നു. അവരുടെ പഴയ പാചകക്കാരിയായിരുന്ന ആന്നയാണ് ഇപ്പോൾ ഇൻസ്പെക്ടറുടെ വീട്ടിലെ ആയ. ഇൻസ്പെക്ടർ തന്റെ വീടിന്റെ മുന്നിലൂടെ പോകുന്നത് പലപ്പോഴും ആ സ്ത്രീ കാണാറുണ്ടായിരുന്നു. എല്ലാ ഞായറാഴ്ചയും അദ്ദേഹം പള്ളിയിൽ പോകാറുണ്ട്. പ്രാർഥിക്കുമ്പോൾ അദ്ദേഹം മറ്റുള്ളവരെ സൗഹാർദത്തോടെ നോക്കുകപോലും ചെയ്യാറുണ്ടത്രെ. അതുകൊണ്ടൊക്കെ അദ്ദേഹം കരുണാമയനും മനുഷ്യപ്പറ്റുള്ളവനുമാണെന്ന് വൃദ്ധ വിശ്വസിച്ചിരുന്നു. അവർ പറഞ്ഞതുകേട്ട് അക്കാക്കി അക്കാക്കിയെവിച്ച് വിഷാദത്തോടെ തന്റെ മുറിയിലേക്ക് പോയി. ആ രാത്രി അയാൾ കഴിച്ചുകൂട്ടിയതെങ്ങനെയാണെന്ന് വിവരിക്കാനാവില്ല. അത്രയ്ക്ക് ദയനീയമായിരുന്നു അയാളുടെ സ്ഥിതി. മറ്റുള്ളവരുടെ ദുഃഖവും വേദനയും മനസിലാക്കാൻ കഴിയുന്ന വായനക്കാരുടെ ഭാവനയ്ക്ക് ഞാനത് വിട്ടു തരുന്നു. ഒരുവിധത്തിലാണ് അയാൾ നേരം വെളുപ്പിച്ചത്. പ്രഭാതമായ ഉടനെ അയാൾ ഇൻസ്പെക്ടറെ കാണാൻ പുറപ്പെട്ടു. പക്ഷേ, ഭാഗ്യക്കേടെന്നല്ലാതെ എന്തു പറയാൻ, അയാൾക്ക് ഇൻസ്പെക്ടറെ കാണാൻ കഴിഞ്ഞില്ല. കാരണം, അയാൾ ചെല്ലുമ്പോൾ ഇൻസ്പെക്ടർ നല്ല ഉറക്കമായിരുന്നു. പത്തുമണിക്ക് വീണ്ടും അയാൾ ഇൻസ്പെക്ടറുടെ വീട്ടിലെത്തി. പക്ഷേ, അപ്പോഴും ഇൻസ്പെക്ടർ ഉറങ്ങുകയായിരുന്നു. പതിനൊന്നു മണിക്ക് അയാൾ വീണ്ടും അവിടെയെത്തി. അപ്പോൾ ഇൻസ്പെക്ടർ പുറത്തുപോയിരിക്കുകയാണെന്ന മറുപടിയാണ് അയാൾക്ക് ലഭിച്ചത്. ഉച്ചഭക്ഷണത്തിന്റെ സമയത്ത് അയാൾ പിന്നേയും അവിടെയെത്തി. എന്നാൽ മുൻവശത്തെ മുറിയിലുണ്ടായിരുന്ന ഗുമസ്തൻമാർ അയാളെ തഞ്ഞു. ഇൻസ്പെക്ടറെ കാണേണ്ട കാര്യമെന്താണെന്നറിഞ്ഞാലേ അയാളെ അകത്തേക്കു വിടുകയുള്ളൂവെന്ന് അവർ തീർത്തുപറഞ്ഞു. അപ്പോൾ, ജീവിതത്തിലാദ്യമായി അക്കാക്കി അക്കാക്കിയെവിച്ച് അൽപ്പം തന്റേടം കാണിച്ചു. തനിക്ക് ഇൻസ്പെക്ടറെ കണ്ടേ തീരൂ എന്നും തന്നെ തടഞ്ഞുനിർത്താൻ അവർക്ക് ഒരധികാരവുമില്ലെന്നും പ്രധാനപ്പെട്ട ഒരൗദ്യോഗിക കാര്യത്തിനായി തന്നെ ഡിപ്പാർട്ടുമെന്റിൽനിന്നും അയച്ചിരിക്കുകയാണെന്നും അയാൾ പറഞ്ഞു. തന്നെ അകത്തേക്കു പോകാനുവദിച്ചില്ലെങ്കിൽ അവർക്കെതിരെ മേലധികാരികൾക്ക് പരാതി നൽകുമെന്നും അയാൾ അറിയിച്ചു. അതോടെ ഗുമസ്തന്മാർ തണുത്തു. അവരിലൊരാൾ ഇൻസ്പെക്ടറോട് കാര്യം പറയാനായി അകത്തേക്കു പോയി. എന്നാൽ പിടിച്ചുപറിയെപ്പറ്റി അക്കാക്കി അക്കാക്കിയെവിച്ച് പറഞ്ഞതുകേട്ട

ഇൻസ്പെക്ടറുടെ പ്രതികരണമായിരുന്നു വിചിത്രം. സംഭവത്തിന്റെ പ്രധാനപ്പെട്ട ഭാഗത്തേക്ക് ശ്രദ്ധതിരിക്കുന്നതിനു പകരം, അക്കാക്കി അക്കാക്കിയെവിച്ച് എന്തുകൊണ്ടാണ് അത്രയും വൈകി വീട്ടിലേക്ക് തിരിച്ചതെന്നും അയാൾ വല്ല വേശ്യാലയത്തിലും പോയി വരികയായിരുന്നോ എന്നും ഇൻസ്പെക്ടർ ചോദിച്ചു. അതുകേട്ട് അക്കാക്കി അക്കാക്കിയെവിച്ച് വല്ലാതെ പരിഭ്രമിച്ചു. തന്റെ ഓവർക്കോട്ട് കണ്ടെത്തുവാൻ ഇൻസ്പെക്ടർ എന്തെങ്കിലും ചെയ്യുമോ എന്നന്വേഷിക്കാൻപോലും നിൽക്കാതെ അയാൾ അവിടെ നിന്നും ഇറങ്ങിപ്പോന്നു. സത്യത്തിൽ അയാൾ വല്ലാതെ പേടിച്ചുപോയിരുന്നു. ജീവിതത്തിലാദ്യമായി അന്നയാൾ ഓഫീസിൽ പോയില്ല. പിറ്റേദിവസം രാവിലെ വിളറിവെളുത്ത് പരിക്ഷീണനായി അയാൾ ഓഫീസിലെത്തി. തന്റെ പഴഞ്ചൻ ഓവർക്കോട്ടായിരുന്നു അയാൾ ധരിച്ചിരുന്നത്. അതിന്റെ സ്ഥിതി മുമ്പത്തേക്കാൾ കഷ്ടമായിരുന്നു. അക്കാക്കി അക്കാക്കിയെവിച്ചിന്റെ ആ ദയനീയാവസ്ഥയിൽപ്പോലും അയാളെ പരിഹസിക്കാനും കളിയാക്കുവാനും ചില സഹപ്രവർത്തകർ തുനിഞ്ഞെങ്കിലും നിർദയമായ ആ പിടിച്ചുപറിയുടെ കഥ കേട്ടപ്പോൾ ഭൂരിപക്ഷം പേരുടെയും മനസലിഞ്ഞു. അയാൾക്കുവേണ്ടി ഒരു പിരിവെടുക്കുവാൻ അവർ തയാറായി. എന്നാൽ ഡയറക്ടറുടെ ഛായാചിത്രത്തിനും അവരുടെ മേലുദ്യോഗസ്ഥന്റെ ഏതോ സ്നേഹിതൻ എഴുതിയ പുസ്തകത്തിനുംവേണ്ടി കുറച്ചുമുമ്പ് വലിയ ഒരു പണപ്പിരിവ് അവിടെ നടന്നിരുന്നതിനാൽ അക്കാക്കി അക്കാക്കിയെവിച്ചിന്റെ കാര്യത്തിനുവേണ്ടി വളരെ ചെറിയ ഒരു തുകയേ അവർക്ക് പിരിച്ചെടുക്കാനായുള്ളൂ. അക്കാക്കി അക്കാക്കിയെവിച്ചിനോട് കൂടുതൽ അടുപ്പമുണ്ടായിരുന്ന ഒരു സഹപ്രവർത്തകൻ അയാൾക്കൊരു ഉപദേശം നൽകി. ഇക്കാര്യത്തിൽ ഹെഡ്കോൺസ്റ്റബിളിന്റെ സഹായം തേടുന്നതുകൊണ്ട് യാതൊരു കാര്യവുമില്ലെന്നും, മേലധികാരികളെ തൃപ്തിപ്പെടുത്തുവാൻവേണ്ടി അയാളൊരുപക്ഷേ ഓവർക്കോട്ട് കണ്ടെടുത്താൽത്തന്നെ അത് പൊലീസ് സ്റ്റേഷനിൽ സൂക്ഷിക്കുകയേ ഉള്ളൂവെന്നും അക്കാക്കി അക്കാക്കിയെവിച്ച് അത് തന്റെ കോട്ടാണെന്ന് നിയമപരമായി തെളിയിച്ചാൽ മാത്രമേ അത് തിരിച്ചുകിട്ടുകയുള്ളൂവെന്നും സഹപ്രവർത്തകൻ അറിയിച്ചു. അതിനു പകരം അക്കാക്കി അക്കാക്കിയെവിച്ച് ആ നഗരത്തിലെ ഒരു 'വിശിഷ്ട വ്യക്തി'യെ ചെന്നു കണ്ട് സങ്കടമുണർത്തിക്കുകയാണെങ്കിൽ അദ്ദേഹം ഹർജികളും അപേക്ഷകളുമയച്ച് കാര്യം ശരിയാക്കിത്തരുമെന്ന് അയാൾ അഭിപ്രായപ്പെട്ടു. അതിനെത്തുടർന്ന് ആ വിശിഷ്ടവ്യക്തിയെ ചെന്നു കാണുവാൻ അക്കാക്കി അക്കാക്കിയെവിച്ച് തീരുമാനിച്ചു. ആ വിശിഷ്ട വ്യക്തിയെക്കുറിച്ച് കൂടുതലായി ആർക്കുംതന്നെ അറിയില്ല. ആകെ നമുക്കറിയാവുന്ന കാര്യം ആ വിശിഷ്ടവ്യക്തി ഒരു വിശിഷ്ടവ്യക്തിയായി മാറിയിട്ട് അധികകാലമായിട്ടില്ലെന്നും, അതിനു മുൻപ് അദ്ദേഹം ഒരു സാധാരണ വ്യക്തി ആയിരുന്നുവെന്നുമാണ്. ഒരു കാര്യം കൂടി ഞാൻ വായന

ക്കാരെ അറിയിക്കട്ടെ. അദ്ദേഹത്തിന്റെ സ്ഥാനം കൂടുതൽ പ്രമാണിത്തമുള്ള ആളുകളുടെ സ്ഥാനങ്ങളുമായി താരതമ്യപ്പെടുത്തുമ്പോൾ ഒട്ടും പ്രധാനമായിരുന്നില്ല. പക്ഷേ, ചിലർക്ക് അപ്രധാനമെന്നു തോന്നുന്ന കാര്യങ്ങൾ മറ്റുചിലർക്ക് പ്രധാനപ്പെട്ടതാകാറുണ്ടല്ലോ... നമ്മുടെ വിശിഷ്ട വ്യക്തിയാണെങ്കിൽ തന്റെ പ്രമാണിത്തം വർധിപ്പിക്കുന്നതിനുവേണ്ടി സാധ്യമായതെല്ലാം ചെയ്തിരുന്നുതാനും. അവയിൽ ചിലതുമാത്രം ഞാൻ പറയാം. അദ്ദേഹം ഓഫീസിലേക്കു കയറിവരുമ്പോൾ കീഴ്ജീവനക്കാരെല്ലാം കോണിപ്പടിക്കടുത്ത് ചെന്നുനിന്ന് അദ്ദേഹത്തെ സ്വീകരിക്കണം. അദ്ദേഹത്തെ നേരിട്ട് സമീപിക്കാൻ ആർക്കും തന്നെ അധികാരമില്ല. താഴെ വിവരിച്ച പ്രകാരമുള്ള നടപടിക്രമങ്ങൾ പാലിച്ചാൽ മാത്രമേ ആ വിശിഷ്ടദേഹത്തെ കാണാനാവൂ. കൊളീജിയേറ്റ് രജിസ്ട്രാർ ഗുബേർണിയ സെക്രട്ടറിക്ക് റിപ്പോർട്ട് സമർപ്പിക്കണം. ഗുബേർണിയ സെക്രട്ടറി അയാൾക്കു തൊട്ടുമുകളിലുള്ള ഉദ്യോഗസ്ഥന് റിപ്പോർട്ട് സമർപ്പിക്കണം. അങ്ങനെ പടിപടിയായി കടന്ന് അത് നമ്മുടെ വിശിഷ്ട വ്യക്തിയുടെ മുന്നിലെത്തണം. നിർഭാഗ്യമെന്നു പറയട്ടെ നമ്മുടെ പ്രിയപ്പെട്ട റഷ്യ ഇത്തരത്തിലുള്ള ദയനീയവും ജുഗുപ്സാവഹവുമായ ഒരു സ്ഥിതിയിലാണ് ഇന്നെത്തിയിരിക്കുന്നത്. അനുകരണം എല്ലാ അതിർവരമ്പുകളേയും ലംഘിച്ചുകൊണ്ട് മുന്നേറിക്കൊണ്ടിരിക്കുകയാണിവിടെ. മേലധികാരികളെ അന്ധമായി അനുകരിക്കാനാണ് സർവരും ശ്രമിക്കുന്നത്. ഏതോ ഒരു ടിറ്റുലർ കൗൺസിലർക്ക് ഒരു ചെറിയ വകുപ്പിന്റെ മേധാവിത്വം ലഭിച്ചപ്പോഴുള്ള പുകില് എന്തായിരുന്നു. ആദ്യമായി ആ മനുഷ്യൻ ചെയ്തത് തനിക്ക് പ്രത്യേകമായി ഒരു മുറിയൊരുക്കുകയും അതിന് 'ഹെഡ് ഓഫീസ്' എന്നു പേരിടുകയുമായിരുന്നു. കഷ്ടിച്ച് ഒരു മേശയിടാനുള്ള വലിപ്പം മാത്രമേ ആ ഹെഡ് ഓഫീസിനുണ്ടായിരുന്നുള്ളൂ. എന്നിട്ടെന്താ, സന്ദർശകരെ സ്വീകരിക്കാൻ അതിന്റെ വാതിൽക്കൽ കിന്നരിത്തലപ്പാവും യൂണിഫോറവും അണിഞ്ഞ ശിപായിമാരെ അദ്ദേഹം കാവൽ നിർത്തി. അദ്ദേഹത്തിന്റെ മട്ടും ഭാവവുമെല്ലാം ഗംഭീരമായിരുന്നെങ്കിലും അൽപ്പം പോലും സങ്കീർണമായിരുന്നില്ല. അങ്ങേയറ്റം കണിശക്കാരനായിരുന്നു അദ്ദേഹമെന്ന് പറയാം. കണിശം, കണിശം, പിന്നേയും കണിശം – അതായിരുന്നു അദ്ദേഹം. അവസാനത്തെ വാചകം പറഞ്ഞു കഴിഞ്ഞിട്ട് അർഥഗർഭമായി അദ്ദേഹം ശ്രോതാവിന്റെ മുഖത്തേക്ക് നോക്കും. പക്ഷേ അതിന്റെയൊന്നും ആവശ്യമുണ്ടായിരുന്നില്ല എന്നതാണ് സത്യം. കാരണം ആ ഓഫീസിലെ ഏകദേശം ഒരു ഡസൻ വരുന്ന ഉദ്യോഗസ്ഥന്മാരെല്ലാം അതൊന്നുമില്ലാതെ തന്നെ അദ്ദേഹത്തെ ഭയന്നിരുന്നു. തങ്ങളുടെ മേധാവി ദൂരെനിന്നും വരുന്നത് കാണുന്നമാത്രയിൽ അവർ ജോലി ചെയ്യുന്നിടത്തുനിന്നും എഴുന്നേറ്റ് അറ്റൻഷനായി നിൽക്കും. അദ്ദേഹം പോയിക്കഴിഞ്ഞതിനുശേഷം മാത്രമേ അവർ സ്വസ്ഥാനത്ത് ഇരിക്കുകയുള്ളൂ. കീഴുദ്യോഗസ്ഥന്മാരോടെല്ലാം അദ്ദേഹം വളരെ കണിശമായാണ്

പെരുമാറിയിരുന്നത്. മൂന്നുവാക്യങ്ങൾ മാത്രമേ സാധാരണയായി അദ്ദേഹം ഉപയോഗിക്കാറുള്ളൂ. "നിങ്ങൾക്കെങ്ങനെ ധൈര്യം വന്നു?" "നിങ്ങൾ ആരോടാണ് സംസാരിക്കുന്നതെന്നറിയാമോ?" "നിങ്ങളുടെ മുന്നിൽ നിൽക്കുന്നത് ആരാണെന്നു മനസിലായില്ലേ?" ഇങ്ങനെയൊക്കെയാണെങ്കിലും ആ മനുഷ്യന്റെ മനസ്സ് അത്ര ചീത്തയാണെന്ന് നമുക്ക് പറയാനാവില്ല. അദ്ദേഹം ദയാലുവും ആളുകളെ സഹായിക്കാൻ താൽപ്പര്യമുള്ളവനുമായിരുന്നു. പക്ഷേ, ഉദ്യോഗക്കയറ്റം കിട്ടിയതോടെ അദ്ദേഹം അക്ഷരാർഥത്തിൽ ഒരു പുതിയ മനുഷ്യനായി മാറിയെന്നു പറയാം. ജനറൽ സ്ഥാനത്തെത്തിയതോടെ അദ്ദേഹം ചിന്താക്കുഴപ്പത്തിലായിത്തീർന്നു. ഇനി തന്റെ പെരുമാറ്റം എങ്ങനെയായിരിക്കണമെന്ന് അദ്ദേഹത്തിന് നിശ്ചയമില്ലാതായി. തന്റെ സമന്മാരായ ആളുകളോടൊപ്പമിരിക്കുമ്പോൾ അദ്ദേഹം ഉല്ലാസപ്രിയനും വിവേകശാലിയുമായിരിക്കും. എന്നാൽ തന്നേക്കാൾ താഴ്ന്ന പദവിയിലുള്ളവരുടെ മുന്നിൽ അദ്ദേഹത്തിന് എങ്ങനെ പെരുമാറണമെന്നറിയില്ലായിരുന്നു. ആ സമയം അദ്ദേഹം മൗനത്തിന്റെ തണുത്തുറഞ്ഞ ഗർത്തത്തിനുള്ളിലായിരിക്കും. അത്തരം സന്ദർഭങ്ങൾ അതിനെക്കാൾ രസകരമായി ചെലവഴിക്കാമെന്നു അദ്ദേഹത്തിനറിയാമായിരുന്നു എന്നതാണ് സത്യം. അതുകൊണ്ട് തന്നെ അദ്ദേഹത്തിന്റെ നില കൂടുതൽ പരിതാപകരമായി തീർന്നു. രസകരവും സൗഹാർദപരവുമായ ഏതെങ്കിലും സംഭാഷണങ്ങളിൽ പങ്കുചേരാനുള്ള ആഗ്രഹം പലപ്പോഴും അദ്ദേഹത്തിന്റെ കണ്ണുകളിൽ മിന്നിമറയും. പക്ഷേ, ആ നിമിഷം തന്നെ മറ്റൊരു ചിന്ത അദ്ദേഹത്തെ അതിൽ നിന്നും പിടിച്ചുവലിക്കുകയും ചെയ്യും. അത് തന്റെ പദവിയേയും അന്തസിനേയും ബാധിക്കില്ലേ? അതൊരു അനാവശ്യമായ അടുപ്പം കാണിക്കലാവില്ലേ? അത് തന്റെ പ്രമാണിത്തത്തിനെ ദുർബലപ്പെടുത്തില്ലേ? ഇത്തരം ചിന്തകളുടെ ആധിക്യത്താൽ ആ മനുഷ്യൻ വീണ്ടും മൗനവാൽമീകത്തിനുള്ളിൽത്തന്നെയിരിക്കുകയാണ് പതിവ്. വളരെ അപൂർവമായി എന്തെങ്കിലും പറഞ്ഞെന്നുവരും. ഈ കാരണത്താൽ എല്ലാവരും അദ്ദേഹത്തെ അറുമുഷിപ്പനായിട്ടാണ് കരുതിപ്പോന്നത്. ഇത്തരം വൈശിഷ്ട്യങ്ങളെല്ലാമുള്ള ഈ മനുഷ്യനെയാണ് അക്കാക്കി അക്കാക്കിയെവിച്ച് തന്റെ പരാതിയുമായി സമീപിച്ചത്. എന്നാൽ അക്കാക്കി അക്കാക്കിയെവിച്ചിനെ സംബന്ധിച്ചിടത്തോളം തികച്ചും അശുഭകരവും വിശിഷ്ടവ്യക്തിയെ സംബന്ധിച്ചിടത്തോളം ശുഭകരവുമായ ഒരു സമയമായിരുന്നു അയാൾ സന്ദർശനത്തിനായി തെരഞ്ഞെടുത്തത്. അടുത്തകാലത്ത് തലസ്ഥാനത്തെത്തിച്ചേർന്ന തന്റെ പഴയ ഒരു സതീർഥ്യനുമായി നർമസല്ലാപത്തിലേർപ്പെട്ടിരിക്കുകയായിരുന്നു നമ്മുടെ വിശിഷ്ട വ്യക്തി. അവർ തമ്മിൽ കണ്ടിട്ട് കാലമേറെയായിരുന്നതിനാൽ രണ്ടുപേരും അപ്പോൾ അത്യധികം സന്തുഷ്ടരും ആഹ്ലാദഭരിതരുമായിരുന്നു. ആ സമയത്താണ് 'ബഷ്മാച്കിൻ' എന്ന മനുഷ്യൻ കാണാൻ വന്നിരിക്കുന്ന കാര്യം വിശിഷ്ടവ്യക്തിയുടെ സെക്രട്ടറി വന്നറി

യിച്ചത്. “ആരാണയാൾ?” വിശിഷ്ട വ്യക്തി തിരക്കി. താഴെക്കിടയിലുള്ള ഒരുദ്യോഗസ്ഥനാണെന്ന് സെക്രട്ടറി മറുപടി പറഞ്ഞു. “എങ്കിൽ അയാളവിടെ കാത്തുനിൽക്കട്ടെ. എനിക്കിപ്പോൾ സമയമില്ല.” നമ്മുടെ വിശിഷ്ടവ്യക്തി പച്ചക്കള്ളമാണ് പറഞ്ഞതെന്ന് വായനക്കാരുടെ ശ്രദ്ധയിൽപ്പെടുത്താൻ ഞാനാഗ്രഹിക്കുകയാണ്. അദ്ദേഹത്തിന് ധാരാളം സമയമുണ്ടായിരുന്നു. സ്നേഹിതനാണെങ്കിൽ പറയാനുള്ളതെല്ലാം പറഞ്ഞു കഴിഞ്ഞിരുന്നു. ഒന്നും പറയാനില്ലാത്തതുകൊണ്ട് പലപ്പോഴും ഏറെ നേരം അവർ മിണ്ടാതിരിക്കുകപോലും ചെയ്തിരുന്നു. വല്ലപ്പോഴും ആരെങ്കിലുമൊരാൾ മറ്റേയാളുടെ കാലിൽ തട്ടിക്കൊണ്ട് “അപ്പോൾ അതാണ് കാര്യം, അല്ലേ ഇവാൻ അബ്രാമോവിച്ച്?” എന്നോ “സ്റ്റെപാൻ വാർലാമോവിച്ച്, താങ്കൾ ഓർക്കുന്നില്ലേ?” എന്നോ പറയുന്നതിൽ മാത്രം അവരുടെ സംഭാഷണം ഒതുങ്ങി നിന്നു. എന്നിട്ടും വിശിഷ്ടവ്യക്തി ആ താഴേക്കിടയിലുള്ള ഉദ്യോഗസ്ഥനോട് കാത്തിരിക്കാൻ ആജ്ഞാപിക്കുകയാണുണ്ടായത്. തന്നെ കാണാനെത്തുന്നവരെല്ലാം ഏറെനേരം തന്റെ വാതിൽക്കൽ കാത്തുനിൽക്കേണ്ടി വരുമെന്ന്, ഏറെക്കാലമായി ജോലിയിൽനിന്നും വിരമിച്ച് വിശ്രമജീവിതം നയിക്കുന്ന സ്നേഹിതൻ കാണട്ടെ എന്നു കരുതിയാണ് വിശിഷ്ട വ്യക്തി അങ്ങനെ ചെയ്തത്. അവസാനം, സ്നേഹിതനുമായി മതിയാവോളം സംസാരിച്ചു കഴിഞ്ഞതിനുശേഷം അവർക്കിടയിലെ മൗനത്തിന്റെ ദൈർഘ്യം വല്ലാതെ വർധിച്ചപ്പോൾ, ചാരുകസേരയിൽ സുഖമായി കിടന്ന് ഏറെനേരം ചുരുട്ട് വലിച്ചാസ്വദിച്ചതിനുശേഷം, പെട്ടെന്ന് തനിക്കെന്തോ ഓർമ വന്നതുപോലെ അഭിനയിച്ചുകൊണ്ട് അദ്ദേഹം ആ സമയം എന്തോ കാര്യത്തിന് മുറിയിലേക്കു വന്ന സെക്രട്ടറിയോട് പറഞ്ഞു: “ആ... ആ ഉദ്യോഗസ്ഥൻ അവിടെ കാത്തുനിൽക്കുന്നുണ്ട് അല്ലേ? ശരി.. അയാളെ ഇങ്ങോട്ട് വിളിക്കൂ...” മുറിയിലേക്കു വന്ന അക്കാക്കി അക്കാക്കിയെവിച്ചിന്റെ പരിക്ഷീണമായ രൂപവും പഴകിജീർണിച്ച കോട്ടും കണ്ടയുടനെ വിശിഷ്ട വ്യക്തി അവജ്ഞയോടെ തലതിരിച്ചുകൊണ്ട് ചോദിച്ചു: “എന്താ കാര്യം?” കർക്കശമായ ശബ്ദത്തിലാണ് അദ്ദേഹം അങ്ങനെ ചോദിച്ചത്. ഉദ്യോഗക്കയറ്റം ലഭിക്കുന്നതിനുമുൻപ് മുറിയടച്ചിട്ട് കണ്ണാടിയുടെ മുന്നിൽ നിന്ന് ദിവസങ്ങൾ നീണ്ട പരിശീലനംകൊണ്ട് നേടിയ ശബ്ദമായിരുന്നു അത്. സ്വതവേ പരിക്ഷീണനും ഭയചകിതനുമായിരുന്ന അക്കാക്കി അക്കാക്കിയെവിച്ച് അതു കേട്ടതോടെ കൂടുതൽ പരിഭ്രാന്തനായിത്തീർന്നു. തന്റെ പ്രാണൻ പകുതി പോയതുപോലെ അയാൾക്കുതോന്നി. എങ്കിലും തന്നെക്കൊണ്ട് കഴിയുന്ന വിധം “അതായത്” എന്ന വാക്ക് സ്ഥാനത്തും അസ്ഥാനത്തും ഇടയ്ക്കിടെ ഉപയോഗിച്ചുകൊണ്ട് അയാൾ കാര്യം അവതരിപ്പിക്കാൻ തുടങ്ങി. കഷ്ടപ്പെട്ട് താൻ വാങ്ങിയ പുത്തൻ ഓവർക്കോട്ട് കുറേ നീചൻമാർ ചേർന്ന് തട്ടിയെടുത്ത കാര്യം അയാൾ ഉണർത്തിച്ചു. പൊലീസ് കമ്മീഷണറെയോ മറ്റ് ഉന്നത ഓഫീസർമാരെയോ ബന്ധപ്പെട്ട് തന്റെ ഓവർകോട്ട് വീണ്ടെടുത്ത് തര

ണമെന്ന് അയാൾ ആ വലിയ മനുഷ്യനോട് അപേക്ഷിച്ചു. ഏറെനേരമെടുത്താണ് അയാൾ ഇത്രയും പറഞ്ഞൊപ്പിച്ചത്. എന്നാൽ അക്കാക്കി അക്കാക്കിയെവിച്ചിന്റെ പെരുമാറ്റം താനുമായി കൂടുതൽ അടുപ്പമുണ്ടാക്കുന്നതാണെന്ന് അജ്ഞാതമായ ഏതോ കാരണത്താൽ ജനറലിനു തോന്നി. മുമ്പത്തെപ്പോലെ കർക്കശമായ സ്വരത്തിൽ അദ്ദേഹം ചോദിച്ചു. "നടപടി ക്രമങ്ങളൊന്നും നിങ്ങൾക്ക് തീരെ അറിയില്ലെന്നുണ്ടോ? നിങ്ങൾ ആരുടെ മുന്നിലാണ് നിൽക്കുന്നതെന്നറിയാമോ? ഇക്കാര്യങ്ങളെക്കുറിച്ചൊന്നും നിങ്ങൾക്കറിയില്ലെന്നാണോ ഞാൻ വിചാരിക്കേണ്ടത്? ആദ്യംതന്നെ നിങ്ങൾ ഓഫീസിൽ അപേക്ഷ കൊടുക്കണമായിരുന്നു. അത് ഹെഡ് ക്ലാർക്കിന്റെ കൈയിലും അവിടെനിന്ന് വകുപ്പുമേധാവിയുടെ കയ്യിലുമെത്തും. അയാളത് സെക്രട്ടറിക്ക് സമർപ്പിക്കും. സെക്രട്ടറി അത് എനിക്ക് കൈമാറും..." "പക്ഷേ അങ്ങുന്നേ..." തീർത്തും ദുർബലമായ തന്റെ ധൈര്യത്തിന്റെ അവശേഷിച്ച കണികയും സംഭരിച്ചുകൊണ്ട് വിയർത്തുകുളിച്ച് അക്കാക്കി അക്കാക്കിയെവിച്ച് പറഞ്ഞു. "ഞാൻ അങ്ങുന്നിനെ ശല്യപ്പെടുത്താൻ വന്നത്.. അങ്ങുന്നിന്റെ സെക്രട്ടറിമാർ.. അതായത്... അവരെ വിശ്വസിക്കാൻ പറ്റാത്തതുകൊണ്ടാണ്... അതുകൊണ്ടാണ് ഞാൻ...!"

"ഹെന്ത്!" വിശിഷ്ട വ്യക്തി രോഷത്തോടെ ചോദിച്ചു. ഇങ്ങനെ ധിക്കാരം പറയാൻ നിങ്ങൾക്കെങ്ങനെ ധൈര്യം വന്നു? ഇത്തരം തലതിരിഞ്ഞ ആശയങ്ങൾ നിങ്ങളുടെ തലമണ്ടയ്ക്കുള്ളിൽ എങ്ങനെ കയറിപ്പറ്റിയെന്നാണ് എനിക്കറിയേണ്ടത്. കഷ്ടം! മേലധികാരികളോട് ഇങ്ങനെ ധിക്കാരം കാണിക്കാൻ മാത്രം നമ്മുടെ യുവതലമുറ അധഃപതിച്ചുപോയല്ലോ..."

അക്കാക്കി അക്കാക്കിയെവിച്ചിന് അൻപതു വയസിനു മുകളിൽ പ്രായമുണ്ടെന്ന കാര്യം നമ്മുടെ ജനറലിന്റെ ശ്രദ്ധയിൽപ്പെട്ടിട്ടില്ല എന്നു തീർച്ച. അതോ അദ്ദേഹം അയാളെ എഴുപതു വയസിനു മുകളിൽ പ്രായമുള്ള ഒരാളുമായി താരതമ്യപ്പെടുത്തി ചെറുപ്പക്കാരനായി കണക്കാക്കിയതാണോ?

"ആരോടാണ് സംസാരിക്കുന്നതെന്ന് നിങ്ങൾക്കറിയാമോ? നിങ്ങളുടെ മുന്നിൽ നിൽക്കുന്നതാരാണെന്നാണ് നിങ്ങളുടെ വിചാരം? എന്താ മിണ്ടാത്തത്? ഞാൻ ചോദിച്ചത് കേട്ടില്ലേ?"

നിലത്ത് ആഞ്ഞു ചവിട്ടിക്കൊണ്ട് ഉച്ചത്തിലാണ് അദ്ദേഹം ഇങ്ങനെ പറഞ്ഞത്. അതുകേട്ടാൽ അക്കാക്കി അക്കാക്കിയെവിച്ചല്ല, മറ്റാരാണെങ്കിലും പേടിച്ചു വിറയ്ക്കുമായിരുന്നു.

അക്കാക്കി അക്കാക്കിയെവിച്ച് ഞെട്ടിത്തെറിച്ച് പിറകോട്ടു മാറി. അയാളുടെ സപ്തനാഡികളും തളർന്നു. അയാൾ പൂക്കുലപോലെ വിറച്ചുതുള്ളി. അയാളുടെ കാലുകൾക്ക് അയാളെ താങ്ങി നിറുത്താനുള്ള ശക്തി നഷ്ടപ്പെട്ടു. അപ്പോഴേക്കും രണ്ടു ശിപായിമാർ ഓടിവന്ന് അയാളെ

താങ്ങി. അല്ലായിരുന്നെങ്കിൽ അയാളവിടെ കമിഴ്ന്നടിച്ച് വീഴുമായിരുന്നു. ഒരർധബോധാവസ്ഥയിലായിത്തീർന്ന അയാളെ അവർ എടുത്തുകൊണ്ടുപോയി. തന്റെ വാക്കുകൾക്ക് താൻ വിചാരിച്ചതിലും കൂടുതൽ ശക്തിയുണ്ടെന്നും അവർക്ക് ഒരാളെ ബോധം കെടുത്താൻപോലും കഴിയുമെന്നും മനസിലാക്കിയ വിശിഷ്ടവ്യക്തി അത്യധികം സന്തുഷ്ടനായിത്തീർന്നു. തന്റെ സ്നേഹിതന്റെ പ്രതികരണമറിയുന്നതിനുവേണ്ടി അദ്ദേഹം സ്നേഹിതനെ ഒളികണ്ണിട്ടു നോക്കി. സ്നേഹിതൻ ആകപ്പാടെ അന്ധാളിച്ചു നിൽക്കുകയാണെന്നു കണ്ടപ്പോൾ വിശിഷ്ട വ്യക്തിയുടെ മനസിൽ അത്യധികമായ ആഹ്ലാദം നിറഞ്ഞു.

എങ്ങനെയാണ് താൻ കോണിപ്പടികളിറങ്ങിയതെന്നോ തെരുവിലെത്തിച്ചേർന്നതെന്നോ അക്കാക്കി അക്കാക്കിയെവിച്ചിനറിയില്ലായിരുന്നു. തനിക്ക് കൈകാലുകളുണ്ടെന്ന ബോധംപോലും അയാൾക്കപ്പോൾ ഉണ്ടായിരുന്നില്ല. ജീവിതത്തിലൊരിക്കലും ഒരു ജനറൽ, അതും മറ്റൊരു വകുപ്പിന്റെ ജനറൽ, അയാളെ ഇങ്ങനെ ശകാരിച്ചിട്ടില്ല. ശക്തിയായി വീശിക്കൊണ്ടിരുന്ന ഹിമക്കാറ്റിലൂടെ വായ പൊളിച്ചുകൊണ്ട് അയാൾ നടന്നു. പലയിടത്തും അയാൾ കാലിടറി വീണു. കാറ്റ് അയാളെ തലങ്ങും വിലങ്ങും ആക്രമിച്ചുകൊണ്ടിരുന്നു. ഒരേസമയം പലദിശകളിൽനിന്നും ശക്തമായി കാറ്റടിക്കുന്നത് സെന്റ് പീറ്റേഴ്സ് ബർഗിലെ പ്രത്യേകതയാണ്. അയാളുടെ നെഞ്ചിൻകൂടിനുള്ളിൽ ശ്വാസം വലിഞ്ഞുമുറുകി. പരിക്ഷീണനായി ഇരുന്നും കിടന്നും ഒരുവിധത്തിൽ വീട്ടിലെത്തിയപ്പോഴേക്കും അയാളുടെ ശബ്ദം പൂർണമായും നഷ്ടപ്പെട്ടിരുന്നു. അയാളുടെ തൊണ്ട ചുവന്നു വീർത്തിരുന്നു. വന്നപാടെ അയാൾ കിടക്കയിലേക്കു മറിഞ്ഞു. കഷ്ടം! എല്ലാം ആ ശകാരം കാരണം... പിറ്റേന്ന് നേരം വെളുത്തപ്പോഴേക്കും അയാൾക്ക് നല്ല പനിയുണ്ടായി. സെന്റ് പീറ്റേഴ്സ്ബർഗിലെ കാലാവസ്ഥയുടെ അതിരുകവിഞ്ഞ സഹായത്താൽ അസുഖം നിമിഷംപ്രതി വർധിച്ചുവന്നു. അവസാനം ഡോക്ടർ വന്നു. അദ്ദേഹം പരിശോധിക്കുകയും പൾസ് നോക്കുകയും ചെയ്തതിനു ശേഷം തളം വയ്ക്കാൻ മാത്രമാണ് നിർദേശിച്ചത്. എന്തെങ്കിലും ചെയ്യണമല്ലോ എന്നു കരുതി മാത്രമാണ് ഡോക്ടർ അങ്ങനെ പറഞ്ഞതെന്നു വ്യക്തം. കാരണം രണ്ടു ദിവസത്തിനുള്ളിൽ അക്കാക്കി അക്കാക്കിയെവിച്ച് മരിച്ചുപോകുമെന്ന് അദ്ദേഹം മനസിലാക്കിയിരുന്നു. വീട്ടുടമസ്ഥയുടെ നേരെ തിരിഞ്ഞ് ഡോക്ടർ പറഞ്ഞു. “ഇനി സമയം കളയേണ്ട. വേഗം പൈൻ തടികൊണ്ടുള്ള ഒരു ശവപ്പെട്ടിക്ക് ഓർഡർ ചെയ്തോളൂ. ഇയാൾക്ക് ഓക്ക് തടികൊണ്ടുള്ള ശവപ്പെട്ടി വാങ്ങാനുള്ള വകയൊന്നുമില്ലെന്ന് അറിയാമല്ലോ...” ഡോക്ടറുടെ മർമഭേദകമായ ഈ വാക്കുകൾ അക്കാക്കി അക്കാക്കിയെവിച്ച് കേട്ടിരിക്കുമോ എന്നു തീർച്ചയില്ല. കേട്ടെങ്കിൽത്തന്നെ അയാൾക്കെന്തെങ്കിലും തോന്നിയിട്ടുണ്ടാകുമോ? അത്രധികം ദയനീയമായ ഒരു ജീവിതം ഉപേക്ഷിക്കുവാൻ അയാൾക്ക് മന

സുണ്ടായിരുന്നോ? കടുത്ത പനിയിൽ വിറച്ചുതുള്ളിക്കിടന്നിരുന്ന ആ മനുഷ്യനിൽനിന്നും ഈ ചോദ്യങ്ങൾക്കുള്ള ഉത്തരം പ്രതീക്ഷിക്കുക സാധ്യമല്ലല്ലോ... കൊടും ജ്വരത്താൽ അയാളുടെ മനസിന്റെ നില തെറ്റിയിരുന്നു. വിചിത്രമായ പല രംഗങ്ങളുമായിരുന്നു അപ്പോഴയാളുടെ തലയ്ക്കുളിൽ മിന്നിമറഞ്ഞിരുന്നത്. അയാൾ പെത്രോവിച്ചിനെ സമീപിച്ച് കള്ളന്മാരെ കെണിയിലാക്കാൻ പറ്റുന്ന സംവിധാനങ്ങളുള്ള ഒരു കോട്ട് തുന്നാൻ ആവശ്യപ്പെടുന്നു. കട്ടിലിനടിയിൽ കള്ളന്മാർ പതിയിരിക്കുന്നത് അയാൾ കാണുന്നു. കിടക്കവിരിക്കിടയിൽ ഒളിച്ചിരിക്കുന്ന ഒരു കള്ളനെ പിടിക്കാൻ അയാൾ വീട്ടുടമസ്ഥയെ ഉറക്കെ വിളിക്കുന്നു. തനിക്ക് പുതിയ കോട്ടുള്ള സ്ഥിതിക്ക് പഴയകോട്ട് എന്തിനാണിവിടെ തൂക്കിയിട്ടിരിക്കുന്നതെന്ന് അയാൾ ചോദിക്കുന്നു. താൻ ജനറലിന്റെ മുന്നിൽ നിൽക്കുകയാണെന്നും, അദ്ദേഹം തന്നെ ശകാരിക്കുകയാണെന്നും അയാൾക്ക് തോന്നിയപ്പോൾ അയാളിങ്ങനെ യാചിക്കുന്നു. "ക്ഷമിക്കണം അങ്ങുന്നേ" അവസാനം അയാൾ ആരെയെന്നില്ലാതെ കഠിനമായി ചീത്തവിളിക്കാൻ തുടങ്ങി. വീട്ടുടമസ്ഥ അതുകേട്ട് വല്ലാതെ പരിഭ്രമിച്ചു. അവർ പലതവണ കുരിശുവരച്ചു. മുമ്പൊരിക്കലും അയാളുടെ വായിൽനിന്നും ഇത്ര നികൃഷ്ടമായ വാക്കുകൾ പുറത്തുവന്നിട്ടില്ല. ഓരോ പ്രാവശ്യം ചീത്തപറയുമ്പോഴും അയാൾ "അങ്ങുന്നേ" എന്നുകൂടി ചേർത്തത് വൃദ്ധയെ കൂടുതൽ പരിഭ്രാന്തയാക്കി. ക്രമേണ അയാൾ എന്തൊക്കെയോ അർഥമില്ലാതെ പുലമ്പാൻ തുടങ്ങി. അയാളുടെ തകിടം മറിഞ്ഞ ചിന്തയും സംസാരവും ആ കോട്ടിനെക്കുറിച്ചായിരുന്നുവെന്ന് ഊഹിക്കാവുന്നതേയുള്ളൂ. അവസാനം... അവസാനം, ഭാഗ്യഹീനനായ നമ്മുടെ പാവം അക്കാക്കി അക്കാക്കിയെവിച്ച് ഇഹലോകവാസം വെടിഞ്ഞു. അയാളുടെ മുറിയോ സാധനങ്ങളോ പൂട്ടി മുദ്രവയ്ക്കേണ്ടി വന്നില്ല. രണ്ടുകാരണങ്ങളായിരുന്നു അതിന്. ഒന്നാമത് അയാൾക്ക് അവകാശികളെന്നു പറയാൻ ആരും തന്നെയില്ലായിരുന്നു. രണ്ടാമതായി അയാൾക്ക് വളരെ കുറച്ചു സാധനങ്ങളേ ഉണ്ടായിരുന്നുള്ളൂ. എഴുതാനുള്ള തൂവലുകൾ കുറച്ച് വെള്ളക്കടലാസ്, മൂന്ന് ജോഡി സോക്സ്, ട്രൗസറിന്റെ രണ്ട് മൂന്ന് ബട്ടണുകൾ, പിന്നെ നമുക്കെല്ലാം സുപരിചിതമായ പഴഞ്ചൻ കോട്ടും. ഇതായിരുന്നു അയാളുടെ സമ്പാദ്യങ്ങൾ. അതൊക്കെ ആർക്കാണ് കിട്ടിയതെന്ന് ദൈവം തമ്പരാനുമാത്രമേ അറിയൂ. ഈ കഥ ഇപ്പോൾ പറയുന്ന ആൾ അതിനെപ്പറ്റിയൊന്നും അന്വേഷിച്ചിട്ടില്ലന്ന കാര്യം തുറന്നു സമ്മതിക്കട്ടെ.

അക്കാക്കി അക്കാക്കിയെവിച്ചിന്റെ സംസ്കാരം കഴിഞ്ഞു. അങ്ങനെയൊരാൾ അവിടെ ജീവിച്ചിരുന്നിട്ടേയില്ല എന്ന മട്ടിൽ സെന്റ് പീറ്റേഴ്സ്ബർഗ് അതിന്റെ ജീവിതം തുടർന്നുകൊണ്ടിരുന്നു. ആരുടേയും സ്നേഹമോ സംരക്ഷണമോ പരിഗണനയോ ലഭിക്കാതെ ആരിലും താൽപ്പര്യമോ മതിപ്പോ ഉളവാക്കാതെ ക്ഷുദ്രജീവികളെപ്പോലും പിടിച്ച്

ഭൂതക്കണ്ണാടിക്കുള്ളിൽ വെച്ച് അതീവശ്രദ്ധയോടെ പരിശോധിക്കുന്ന പ്രകൃതിശാസ്ത്രജ്ഞന്മാരിൽപ്പോലും അൽപ്പവും താൽപ്പര്യമോ ശ്രദ്ധയോ ഉണർത്താനാവാതെ ജീവിച്ച ആ മനുഷ്യൻ തന്റേതായ ഒന്നും തന്നെ അവശേഷിപ്പിക്കാതെ ഈ ലോകത്തുനിന്നും യാത്രയായി. സഹ പ്രവർത്തകരുടെ ക്രൂരമായ പരിഹാസങ്ങളെല്ലാം മറുത്തൊന്നും പറ യാതെ സഹിച്ചു ആ സാധുജീവി ഒന്നും നേടാതെ മരണത്തിനു കീഴട ങ്ങി. എങ്കിലും മരിക്കുന്നതിന് കുറച്ചു ദിവസം മുമ്പ് ഒരു പുത്തൻ ഓവർക്കോട്ടിന്റെ രൂപത്തിൽ അയാൾക്കു ലഭിച്ച ദൈവീകമായ ആഹ്ലാദം നിസ്സാരമായ ആ ജീവിതത്തെ ക്ഷണനേരത്തേക്കെങ്കിലും തിളക്കമാർന്ന താക്കിയിരുന്നു. എന്നാൽ അടുത്ത നിമിഷം തന്നെ ഈ ലോകത്തെ എല്ലാ വമ്പൻമാരേയും കീഴടക്കാൻ പോന്ന കരുത്തേറിയ ഒരു പ്രഹരത്താൽ ആ ജീവിതം തകർന്നടിഞ്ഞുപോയി. അക്കാക്കി അക്കാക്കിയെവിച്ച് മരിച്ച് ഏതാനും ദിവസങ്ങൾ കഴിഞ്ഞപ്പോൾ ആ കഥയൊന്നുമറിയാത്ത വകു പ്പുമേധാവി അക്കാക്കി അക്കാക്കിയെവിച്ച് ഉടൻ തന്നെ ഓഫീസിൽ ഹാജ രാകേണ്ടതാണ് എന്ന അറിയിപ്പുമായി ഒരു ശിപായിയെ അയാളുടെ താമ സസ്ഥലത്തേക്കയച്ചു. അയാളില്ലാതെ തിരിച്ചുവരാൻ നിർബന്ധിതനായ ആ ശിപായി അക്കാക്കി അക്കാക്കിയെവിച്ച് ഇനിയൊരിക്കലും ജോലിക്ക് ഹാജരാകുന്നതല്ല എന്ന വിവരം റിപ്പോർട്ടു ചെയ്യുകയുണ്ടായി. "കാര ണമെന്താണ്" എന്ന ചോദ്യത്തിന് "മൂന്നു ദിവസം മുമ്പ് അയാൾ മരണ മടഞ്ഞു" എന്ന് ശിപായി മറുപടി നൽകി. അങ്ങനെയാണ് അക്കാക്കി അക്കാക്കിയെവിച്ചിന്റെ മരണവാർത്ത ഓഫീസിലുള്ളവർ അറിഞ്ഞത്. പിറ്റേദിവസം അയാളുടെ സ്ഥാനത്ത് മറ്റൊരാൾ നിയമിക്കപ്പെട്ടു. മരിച്ചു പോയ തന്റെ മുൻഗാമിയെക്കാൾ ഉയരമുള്ള ആളായിരുന്നു പുതിയ ഗുമ സ്തൻ. അയാളുടെ കൈയക്ഷരം അക്കാക്കി അക്കാക്കിയെവിച്ചിന്റേതു പോലെ ലംബമായിരുന്നില്ല. ഒരുവശത്തേക്ക് നന്നായി ചരിഞ്ഞതായി രുന്നു.

എന്നാൽ, പ്രിയപ്പെട്ട വായനക്കാരേ നമ്മുടെ അക്കാക്കി അക്കാക്കി യെവിച്ചിന്റെ കഥ ഇവിടെ അവസാനിക്കുന്നില്ല എന്ന സത്യമറിയുമ്പോൾ നിങ്ങൾ ഒരുപക്ഷേ അത്ഭുതപ്പെട്ടേക്കാം. മരണത്തിനു മുമ്പുള്ള അയാ ളുടെ ജീവിതം അങ്ങേയറ്റം ശുഷ്കവും വിരസവും ശോചനീയവുമായി രുന്നെങ്കിൽ മരണശേഷം കുറേ ദിവസങ്ങൾ സംഭവബഹുലവും എക്കാ ലവും ഓർമിക്കത്തക്കവിധവുമുള്ള ഒരു ജീവിതം നയിക്കാൻ അയാൾക്ക് ഭാഗ്യമുണ്ടായി എന്നു പറയാം. തികച്ചും സാധാരണമായ ഈ കഥയുടെ അന്ത്യം തികച്ചും വിചിത്രവും അപ്രതീക്ഷിതവുമായിരുന്നു എന്നു സാരം. കാലിൻകീൻ പാലത്തിലും അതിനു ചുറ്റുമുള്ള പ്രദേശങ്ങളിലും രാത്രി കാലങ്ങളിൽ ഒരു പ്രേതം പ്രത്യക്ഷപ്പെടാറുണ്ടെന്ന വാർത്ത വളരെ പെട്ടെ ന്നാണ് സെന്റ് പീറ്റേഴ്സ് ബർഗിൽ പടർന്നുപിടിച്ചത്. മോഷ്ടിക്കപ്പെട്ട ഓവർകോട്ട് തിരയുന്ന ഒരുദ്യോഗസ്ഥന്റെ വേഷത്തിലാണത്രെ ആ

പ്രേതം പ്രത്യക്ഷപ്പെട്ടിരുന്നത്. വഴിയിൽ വെച്ച് ആരെ കണ്ടുമുട്ടിയാലും അവരുടെ ഓവർക്കോട്ട് സ്ഥാനമാനങ്ങളോ പ്രമാണിത്തമോ ഒന്നും നോക്കാതെ ബലമായി അഴിച്ചെടുക്കുന്നത് അതിന്റെ സ്ഥിരം വിനോദമായിരുന്നു. കീരിരോമം കൊണ്ടുണ്ടാക്കിയതും നീർനായയുടെ രോമം കൊണ്ടുണ്ടാക്കിയതും കുറുനരി രോമം കൊണ്ടുണ്ടാക്കിയതും ഉള്ളിൽ പരുത്തി നിറച്ച് തയ്ച്ചതും – ചുരുക്കിപ്പറഞ്ഞാൽ ആളുകൾ സാധാരണയായി ഉപയോഗിക്കാറുള്ള എല്ലാത്തരം കോട്ടുകളും ആ പ്രേതം തട്ടിപ്പറിച്ചെടുത്തിരുന്നു. ഡിപ്പാർട്ടുമെന്റിലെ ഒരുദ്യോഗസ്ഥൻ ഒരിക്കൽ ആ പ്രേതത്തെ കാണുകയുണ്ടായി. അടുത്ത നിമിഷം തന്നെ അത് അക്കാക്കി അക്കാക്കിയെവിച്ചാണെന്ന് അയാൾക്ക് മനസിലായി. ഭയം കൊണ്ട് അടിമുടി വിറച്ചുപോയ അയാൾ തിരിഞ്ഞുനോക്കാതെ ഓടിയതിനാൽ ആ പ്രേതം ദൂരെനിന്ന് തന്നെ നോക്കി ഭീഷണമായ രീതിയിൽ വിരൽ ഞൊടിച്ചതു മാത്രമേ അയാൾക്ക് കാണാനായുള്ളൂ. പിടിച്ചുപറിക്കാരനായ ആ പ്രേതം കോട്ട് ഊരിയെടുത്തതിന്റെ ഫലമായി ആളുകളുടെ – ടിറ്റുലർ കൗൺസിലർമാരുടെ മാത്രമല്ല പ്രിവി കൗൺസിലർമാരുടേയും – പുറവും ചുമലുകളും രാത്രിയിലെ കൊടുംശൈത്യത്തിന്റെ നിരന്തരമായ ആക്രമണങ്ങൾക്കിരയാവുകയാണെന്നുള്ള പരാതികൾ വർധിച്ചുകൊണ്ടിരുന്നു. എന്തു വിലകൊടുത്തും ആ പ്രേതത്തെ–ജീവനോടെയോ അല്ലാതെയോ–പിടികൂടണമെന്നും മറ്റുള്ളവർക്ക് ഒരു പാഠമാകാൻവേണ്ടി അതിന് കഠിനശിക്ഷ നൽകണമെന്നും പൊലീസ് അധികാരികൾക്ക് കർശനമായ നിർദേശം ലഭിച്ചു. അതിനെത്തുടർന്ന് പ്രേതത്തെ പിടികൂടുവാനായി പൊലീസുകാർ രണ്ടുംകൽപ്പിച്ച് രംഗത്തിറങ്ങി. ഒരിക്കൽ അവർ പ്രേതത്തെ പിടിക്കുക തന്നെ ചെയ്തു. അടുത്ത കാലത്തായി ജോലിയിൽനിന്നും വിരമിച്ച ഒരു സംഗീതജ്ഞന്റെ – അയാൾ മുമ്പ് ഒന്നാന്തരമൊരു ഫ്ളൂട്ട് വായനക്കാരനായിരുന്നു – ഓവർക്കോട്ട് അഴിച്ചെടുക്കാൻ ആ പ്രേതം ശ്രമിച്ചുകൊണ്ടിരിക്കെ, അവിടെ റോന്തു ചുറ്റിക്കൊണ്ടിരുന്ന ഒരു പൊലീസുകാരൻ ഓടിവന്ന് അതിനെ പിടികൂടി. പ്രേതത്തിന്റെ പിടലിക്ക് കുത്തിപ്പിടിച്ചുകൊണ്ട് അയാൾ സഹപ്രവർത്തകരെ വിളിച്ചു. പ്രേതത്തെ ബലമായി പിടിച്ചുകൊള്ളണമെന്ന് അവർക്ക് നിർദേശം നൽകിയിട്ട് ആ പൊലീസുകാരൻ കൊടും തണുപ്പിൽ മരവിച്ചുപോയേ തന്റെ മൂക്കിനെ പ്രവർത്തനക്ഷമമാക്കുന്നതിനുവേണ്ടി ബൂട്ടിനുള്ളിലെ അറയിൽനിന്നും പൊടിഡപ്പി പുറത്തെടുത്തു. മൂക്കുപ്പൊടിയുടെ തീക്ഷ്ണഗന്ധം സഹിക്കാനുള്ള ശക്തി ആ പ്രേതത്തിനില്ലായിരുന്നു എന്നാണ് തോന്നുന്നത്. പൊലീസുകാരൻ തന്റെ മൂക്കിന്റെ വലത്തെ ദ്വാരം ഒരു വിരൽകൊണ്ട് അടച്ചുപിടിച്ച് ഇടത്തെ ദ്വാരത്തിലേക്ക് ഒരു നുള്ള് പൊടി തിരുകിക്കയറ്റിയ ഉടനെ നമ്മുടെ പ്രേതം അതിശക്തിയായി ഒന്നു തുമ്മി. അപ്പോൾ പുറത്തേക്കു തെറിച്ച വെള്ളത്തുള്ളികളുടെ ശക്തിയിൽ മൂന്നു പൊലീസുകാർക്കും

കുറേനേരത്തേക്ക് ഒന്നുംകാണാനാൻ കഴിയാത്ത ഒരവസ്ഥയുണ്ടായി. അവർ കണ്ണുതുടച്ച് ചുറ്റും നോക്കിയെങ്കിലും ആ പ്രേതത്തെ അവിടെയെങ്ങും കാണാനുണ്ടായിരുന്നില്ല. ആട് കിടന്നിടത്ത് പൂട പോലുമില്ലാത്ത അവസ്ഥ! തങ്ങൾ ആ പ്രേതത്തെ സത്യത്തിൽ പിടികൂടിയിരുന്നില്ലേ എന്നുപോലും അവർക്കപ്പോൾ സംശയമായി. എന്തായാലും ആ സംഭവത്തിനുശേഷം ആ പൊലീസുകാർക്ക് മരിച്ചവരോടെല്ലാം അത്യധികമായ ഭയവും വെറുപ്പുമുണ്ടായിയെന്നത് സത്യമാണ്. മരിച്ചവരോടുള്ള ഭയം കാരണം ജീവിച്ചിരിക്കുന്നവരെപ്പോലും പിടികൂടാൻ അവർക്ക് ധൈര്യമില്ലാതായി. അസ്വാഭാവികമായി ആരെങ്കിലും കണ്ണിൽപ്പെട്ടാൽ അവർ അടുത്തു ചെല്ലാതെ ദൂരെ മാറിനിന്നുകൊണ്ട് വിളിച്ചു പറയും. "എന്തിനാണെടാ അവിടെ നിൽക്കുന്നത്? വേഗം സ്ഥലം വിട്ടോ. അതാണു നല്ലത്."

ക്രമേണ ആ പ്രേതം കാലിൻകീൻ പാലത്തിന്റെ ഇപ്പുറത്തും പ്രത്യക്ഷപ്പെടാൻ തുടങ്ങി. കാണുന്നവരെയെല്ലാം അത് ഭയപ്പെടുത്തിക്കൊണ്ടിരുന്നു... ഓ; അതിനിടെ ഞാൻ നമ്മുടെ വിശിഷ്ട വ്യക്തിയുടെ കാര്യം മറന്നേപോയി. ഒരുതരത്തിൽ പറഞ്ഞാൽ അദ്ദേഹമാണല്ലോ ഈ കഥ അങ്ങേയറ്റം വിചിത്രമായ ഒരന്ത്യത്തിലേക്കു തിരിച്ചുവിട്ടത്. സത്യസന്ധതയോടുള്ള ആഭിമുഖ്യംകൊണ്ട് ഒരു കാര്യം ഞാൻ തുറന്നുപറയാം. നമ്മുടെ പാവം അക്കാക്കി അക്കാക്കിയെവിച്ച് നിരാശനും വിഷണ്ണനുമായി മടങ്ങിയതിനുശേഷം വിശിഷ്ടവ്യക്തി ആ കാര്യത്തെക്കുറിച്ച് ചിന്തിക്കുകയുണ്ടായി. അപ്പോൾ അക്കാക്കി അക്കാക്കിയെവിച്ചിനോട് അദ്ദേഹത്തിന് കുറച്ചൊരു സഹതാപം തോന്നിയെന്നത് സത്യമാണ്. ദയ, സഹാനുഭൂതി, എന്നീ വികാരങ്ങൾ അദ്ദേഹത്തിന് തികച്ചും അന്യമായിരുന്നു എന്നൊന്നും പറയാനാവില്ല. അത്തരം മൃദുലവികാരങ്ങൾ പലപ്പോഴും അദ്ദേഹത്തിന്റെ ഹൃദയത്തിൽ മിന്നിമറഞ്ഞിരുന്നു. പക്ഷേ, തന്റെ ഉന്നതപദവി അവയെല്ലാം പ്രകടിപ്പിക്കുന്നതിൽനിന്നും അദ്ദേഹത്തെ തടഞ്ഞുനിർത്തുകയായിരുന്നു. സ്നേഹിതൻ പോയ ഉടൻ തന്നെ അദ്ദേഹത്തിന് അക്കാക്കി അക്കാക്കിയെവിച്ചിനെ ഓർമവന്നു. തന്റെ ശകാരംകേട്ട് തളർന്നുവീണ ആ പാവം മനുഷ്യന്റെ ദയനീയമായ മുഖം ഇടയ്ക്കിടെ മനോമുകുരത്തിൽ തെളിഞ്ഞപ്പോൾ അദ്ദേഹത്തിന് വല്ലാത്ത മനഃപ്രയാസമുണ്ടായി. അതിനെത്തുടർന്ന് ഏകദേശം ഒരാഴ്ചയ്ക്കുശേഷം അക്കാക്കി അക്കാക്കിയെവിച്ചിനെ സന്ദർശിച്ച് കാര്യങ്ങൾ അന്വേഷിക്കുവാനും, ഏതെങ്കിലും വിധത്തിൽ അയാളെ സഹായിക്കാൻ കഴിയുമോ എന്നറിയുവാനും അദ്ദേഹം ഒരു ശിപായിയെ അയ്ക്കുകയുണ്ടായി. കടുത്തപനി ബാധിച്ച് അക്കാക്കി അക്കാക്കിയെവിച്ച് മരണമടഞ്ഞു എന്ന വാർത്തയുമായാണ് ശിപായി തിരിച്ചെത്തിയത്. അതുകേട്ട് നമ്മുടെ വിശിഷ്ട വ്യക്തി ഞെട്ടിപ്പോയി. തീവ്രമായ കുറ്റബോധം അദ്ദേഹത്തിന്റെ മനസിൽ നിറഞ്ഞു. ഒരുദിവസം മുഴുവനും അദ്ദേഹം വിഷാദമൂകനായി

രുന്നു. അസുഖകരമായ ആ കാര്യം എങ്ങനെയെങ്കിലും മറക്കണമന്നും, അതിനുവേണ്ടി മറ്റെന്തെങ്കിലും കാര്യത്തിലേക്ക് ശ്രദ്ധ തിരിക്കണമെന്നുമുള്ള ഉദ്ദേശ്യത്തോടെ അദ്ദേഹം തന്റെ സ്നേഹിതന്റെ വീട്ടിലെ വിരുന്നിൽ പങ്കെടുക്കാൻ പോയി. അവിടുത്തെ അതിഥികളെല്ലാം മാന്യന്മാരും ഉന്നതപദവി അലങ്കരിക്കുന്നവരുമായതിനാൽ തനിക്കവിടെ ഒന്നും മിണ്ടാതെ വീർപ്പുമുട്ടി നിൽക്കേണ്ടിവരില്ലെന്ന് അദ്ദേഹത്തിനറിയാമായിരുന്നു. പ്രതീക്ഷിച്ചതുപോലെ അവിടുത്തെ അന്തരീക്ഷം അദ്ദേഹത്തിന്റെ മാനസികസംഘർഷങ്ങളെ പൂർണമായും ഇല്ലാതാക്കി. അദ്ദേഹം ശാന്തനായിത്തീരുകയും മറ്റുള്ളവരോടൊപ്പം നർമസംഭാഷണങ്ങളിലേർപ്പെടുകയും ചെയ്തു.. ചുരുക്കിപ്പറഞ്ഞാൽ ആ സായാഹ്നം അദ്ദേഹം വളരെ നന്നായി ആസ്വദിച്ചു. ഭക്ഷണസമയത്ത് അദ്ദേഹം രണ്ടുഗ്ലാസ് ഷാംപെയിൻ അകത്താക്കി. മാനസികോല്ലാസം വീണ്ടെടുക്കാൻ ഷാംപെയിൻ പോലൊരു സാധനം വേറെയില്ലെന്ന കാര്യം അവിതർക്കിതമാണല്ലോ. വീട്ടിലേക്ക് ഉടനെയൊന്നും പോകേണ്ടതില്ലെന്നും പകരം തന്റെ ഇഷ്ടക്കാരിയായ കരോലീന ഇവാനോവ്നയെ ഒന്നു സന്ദർശിക്കാമെന്നും അദ്ദേഹം തീരുമാനിച്ചു. ആ ജർമൻകാരിയുമായി അദ്ദേഹം വളരെ മുമ്പേ അടുപ്പത്തിലായിരുന്നു. നമ്മുടെ വിശിഷ്ടവ്യക്തി ഒരു ചെറുപ്പക്കാരനായിരുന്നില്ല എന്ന കാര്യം വായനക്കാരുടെ ശ്രദ്ധയിൽപ്പെടുത്താൻ ഞാനാഗ്രഹിക്കുകയാണ്. അദ്ദേഹത്തിന്റെ രണ്ട് ആൺമക്കളിൽ ഒരാൾ ഇതിനകം തന്നെ സർക്കാർ സർവീസിൽ പ്രവേശിച്ചുകഴിഞ്ഞിരുന്നു. അൽപ്പം പതിഞ്ഞതെങ്കിലും ഭംഗിയേറിയ മൂക്കുള്ള പതിനാറുകാരിയായ സുന്ദരിയായിരുന്നു അദ്ദേഹത്തിന്റെ പുത്രി. മക്കൾ മൂന്നുപേരും ദിവസവും അദ്ദേഹത്തിന്റെ മുന്നിൽചെന്ന് “നമസ്കാരം അച്ഛാ” എന്ന് ഫ്രഞ്ചുഭാഷയിൽ പറയുകയും അദ്ദേഹത്തിന്റെ കൈയിൽ ചുംബിക്കുകയും ചെയ്യുമായിരുന്നു. അദ്ദേഹത്തിന്റെ ഭാര്യയാണെങ്കിൽ സൗന്ദര്യവും യുവത്വവും ഇനിയും വിട്ടുമാറിയിട്ടില്ലാത്ത ഒരു കുലീന യുവതിയായിരുന്നു. അവർ അദ്ദേഹത്തിനു ചുംബിക്കാൻ ആദ്യം തന്റെ കൈനീട്ടിക്കൊടുക്കുകയും പിന്നീട് അദ്ദേഹത്തിന്റെ കൈപിടിച്ച് ചുംബിക്കുകയും ചെയ്യും. നമ്മുടെ വിശിഷ്ട വ്യക്തിയുടെ കുടുംബജീവിതം തികച്ചും സംതൃപ്തവും ആഹ്ലാദപ്രദവുമായിരുന്നുവെന്ന് ഇതിൽനിന്നും മാന്യവായനക്കാർ മനസിലാക്കിയിരിക്കുമല്ലോ... എന്നിട്ടും നഗരത്തിന്റെ മറ്റേ അറ്റത്തു താമസിക്കുന്ന ഒരു ജർമൻകാരിയുമായി അദ്ദേഹം ബന്ധം വച്ചുപുലർത്തുന്നത് വിചിത്രമെന്നല്ലാതെ എന്തു പറയാൻ! ആ സ്ത്രീയുമായുള്ള ബന്ധത്തിൽ അദ്ദേഹം യാതൊരു അസ്വാഭാവികതയും കണ്ടിരുന്നില്ല. രസകരമായ വസ്തുത ആ ജർമൻകാരി അദ്ദേഹത്തിന്റെ ഭാര്യയെപ്പോലെ സുന്ദരിയോ ചെറുപ്പക്കാരിയോ ആയിരുന്നില്ല എന്നതത്രെ. പക്ഷേ, ഈ ലോകം അങ്ങനെയൊക്കെയല്ലേ. വിചിത്രവും സാമാന്യബുദ്ധിക്ക് നിരക്കാത്തതുമായ എന്തെല്ലാം കാര്യങ്ങളാണ് ഇവിടെ നടന്നുകൊണ്ടിരിക്കുന്നത്. അതിനെപ്പറ്റിയൊന്നും കൂടുതൽ സംസാരിക്കാൻ ഞാനിപ്പോൾ മുതിരുന്നില്ല...

നമ്മുടെ വിശിഷ്ട വ്യക്തി കോണിപ്പടിയിറങ്ങി തെരുവിലെത്തി, വണ്ടിയിൽ കയറിയിരുന്നിട്ട് വണ്ടിക്കാരനോട് ആജ്ഞാപിച്ചു. "കരോലിന ഇവാനോവ്നയുടെ വീട്ടിലേക്ക്" ചൂടും സുഖവും പ്രദാനം ചെയ്യുന്ന വില യേറിയ തന്റെ ഓവർക്കോട്ടിനുള്ളിൽ പല മനോരാജ്യങ്ങളിലും മുഴുകി അദ്ദേഹമിരുന്നു. അശുഭകരമായ ഒന്നിനെപ്പറ്റിയും അദ്ദേഹത്തിന് അപ്പോൾ ചിന്തിക്കാനുണ്ടായിരുന്നില്ല. അദ്ദേഹത്തിന്റെ മനസ്സ് അങ്ങേ യറ്റം പ്രശാന്തമായിരുന്നു. പ്രസാദാത്മകമായ ചിന്തകളായിരുന്നു അതിൽ നിറയെ. അവ അനായാസമായി അദ്ദേഹത്തിന്റെ മനസിലേക്ക് കടന്ന വരികയായിരുന്നു. സ്നേഹിതന്റെ വീട്ടിലെ സായാഹ്നവിരുന്നിനെക്കുറിച്ച് അദ്ദേഹം ചിന്തിച്ചു. ആ വിരുന്നിലെ ആഹ്ലാദകരമായ നിമിഷങ്ങളോ രോന്നും അദ്ദേഹത്തിന്റെ ഹൃദയത്തിൽ ആത്മസംതൃപ്തി നിറച്ചു. അവി ടുത്തെ സൗഹൃദവലയത്തിൽ ചിരിയുടെ അലകൾ സൃഷ്ടിച്ച തമാശകൾ അദ്ദേഹം ഓർത്തു. അടക്കിയ ശബ്ദത്തിൽ അവയെല്ലാം അദ്ദേഹം ആവർത്തിച്ചു പറഞ്ഞുനോക്കി. അവ മുമ്പത്തെപ്പോലെ ഇപ്പോഴും രസ കരമാണെന്ന് അദ്ദേഹത്തിന് തോന്നി. അപ്പോൾ അറിയാതെ അദ്ദേഹം പൊട്ടിച്ചിരിച്ചുപോയി. ഇങ്ങനെയൊക്കെയാണെങ്കിലും കാരണമൊന്നുമി ല്ലാതെ എവിടെനിന്നോ ആഞ്ഞു വീശുന്ന കാറ്റ് അദ്ദേഹത്തിന്റെ മനസി കോല്ലാസത്തെ ഇടയ്ക്കിടെ തളർത്തുന്നുണ്ടായിരുന്നു. ആ കാറ്റ് മഞ്ഞു കണങ്ങളെ അദ്ദേഹത്തിന്റെ മുഖത്തേക്ക് വീശിയെറിഞ്ഞുകൊണ്ടിരുന്നു. അതിന്റെ ശക്തിയിൽ വലിയ കോട്ടിന്റെ കോളർ ഒരു കപ്പലിന്റെ പായപോലെ പറന്നുയരുകയും പിന്നിൽ തൂങ്ങിക്കിടന്നിരുന്ന ശിരോ വസ്ത്രം മുകളിലേക്ക് അടിച്ചുയർന്ന് അദ്ദേഹത്തിന്റെ ശിരസിനെ മൂടു കയും ചെയ്തു. അത് പഴയ രീതിയിലാക്കുവാൻ അദ്ദേഹത്തിന് നന്നേ പാടുപെടേണ്ടിവന്നു. പെട്ടെന്നാണ് അതു സംഭവിച്ചത്. ആരോ ഒരാൾ തന്റെ കോട്ടിന്റെ പിന്നിൽ ബലമായി പിടിച്ചു വലിക്കുന്നതായി അദ്ദേഹ ത്തിനു തോന്നി. ഞെട്ടിത്തിരിഞ്ഞുനോക്കിയപ്പോൾ അദ്ദേഹം കണ്ടത് ഒരു പഴഞ്ചൻകോട്ടു ധരിച്ച ചെറിയ ഒരു മനുഷ്യനെയാണ്. അത് അക്കാക്കി അക്കാക്കിയെവിച്ചാണെന്ന് മനസിലായതോടെ അദ്ദേഹം ഭയ വിഹ്വലനായിത്തീർന്നു. ആ മുഖം മഞ്ഞുപോലെ വെളുത്തതും ഒരു ശവ ത്തിന്റേതുപോലെ നിർവികാരവുമായിരുന്നു. പെട്ടെന്ന് അത് വായ ഒരുവശ ത്തേക്ക് കോട്ടുകയും ശ്മശാനത്തിന്റെ അസഹനീയമായ ദുർഗന്ധം പര ത്തിക്കൊണ്ട് സംസാരിക്കാൻ തുടങ്ങുകയും ചെയ്തു. "ഹ... ഹ. അവ സാനം തന്നെ പിടികിട്ടി. തന്റെ പിടലിക്ക് കയറിപ്പിടിക്കാൻ എനിക്ക് കഴി ഞ്ഞു. തന്റെ ഓവർക്കോട്ടാണ് എനിക്കു വേണ്ടിയിരുന്നത്. താൻ എന്നെ സഹായിച്ചില്ലെന്നു മാത്രമല്ല ശകാരിക്കുകയും അധിക്ഷേപിക്കുകയും ചെയ്തു. ഓർമയില്ലേ അതുകൊണ്ട് വേഗം ആ ഓവർകോട്ട് ഇങ്ങോട്ടൂരി ത്താ. ഉം.. വേഗം..."

നമ്മുടെ വിശിഷ്ടവ്യക്തി അപ്പോഴേക്കും അതികഠിനമായ ഭയത്താൽ മൃതപ്രായനായിത്തീർന്നിരുന്നു. ഓഫീസിലും കീഴുദ്യോഗസ്ഥന്മാരുടെ

മുന്നിലും അസാധാരണമായ മനഃശക്തിയും മേധാവിത്വവും പ്രകടിപ്പി ച്ചിരുന്ന ആളായിരുന്നു അദ്ദേഹം. അദ്ദേഹത്തിന്റെ ശക്തിയും പൗരുഷവും സ്ഫുരിക്കുന്ന രൂപം കാണുന്നവരൊക്കെ ഇങ്ങനെ പറയുമായിരുന്നു: "എന്റെ കർത്താവേ, ഇതൊരു ഉരുക്കുമനുഷ്യൻ തന്നെ..." എന്നാലി പ്പോൾ ആ ഉരുക്കുമനുഷ്യൻ ധീരന്മാരുടെ ബാഹ്യരൂപമുള്ള മറ്റെല്ലാവ രേയുംപോലെ ഭയന്നു വിറച്ചുതുടങ്ങി. പിന്നെ മറ്റൊന്നും ചിന്തിക്കാതെ ധൃതിയിൽ തന്റെ ഓവർക്കോട്ട് ഊരിയെറിഞ്ഞ് തികച്ചും അസാധാരണ മായ ശബ്ദത്തിൽ വണ്ടിക്കാരനോട് പറഞ്ഞു: "വേഗം വണ്ടി വീട്ടിലേക്കു തിരിച്ചുവിടൂ" നിർണായക നിമിഷങ്ങളിൽ അദ്ദേഹം സ്വീകരിക്കാറുള്ള ആ ശബ്ദത്തിനോടൊപ്പം അതിനേക്കാൾ കടുപ്പമുള്ള പലതും അദ്ദേഹം പ്രയോഗിക്കുക പതിവായിരുന്നതിനാൽ വണ്ടിക്കാരൻ ഒരു മുൻകരുത ലെന്ന നിലയിൽ കുനിഞ്ഞിരുന്ന് ചാട്ട വീശിക്കൊണ്ട് കുതിരകളെ അതി വേഗം ഓടിക്കാൻ തുങ്ങി. അതിനെത്തുടർന്ന് ഏകദേശം ആറ് മിനിറ്റു കൊണ്ട് അദ്ദേഹം വീടിന്റെ വാതിൽക്കലെത്തിച്ചേർന്നു. ഭയാക്രാന്തനാ യി, വിളറിവെളുത്ത്, ഓവർക്കോട്ടില്ലാതെ, കരോലീന ഇവാനോവ്നയുടെ കൂടെ സമയം ചെലവഴിക്കാമെന്ന ആശയം മനസിൽനിന്നും പറിച്ചെറിഞ്ഞ് അദ്ദേഹം സ്വവസതിയിലെത്തിച്ചേർന്നു. ഇടറുന്ന കാലടികളുമായി ഒരുവിധത്തിൽ അദ്ദേഹം തന്റെ മുറിയിലെത്തി. ആ രാത്രി അദ്ദേഹത്തിന് ശരിക്കും ഉറങ്ങാനായില്ല. മനസാകെ കലങ്ങിമറിഞ്ഞിരുന്നു. അതു കൊണ്ടുതന്നെ പിറ്റേന്നു രാവിലെ അദ്ദേഹത്തെ കണ്ട മകൾ പറഞ്ഞു. "അച്ഛൻ ആകപ്പാടെ വിളറിയിരിക്കുന്നല്ലോ.." എന്നാൽ സംഭവിച്ചതൊ ന്നും അദ്ദേഹം ആരോടും പറയാതെ മൗനം ഭജിക്കുകയാണ് ചെയ്തത്. എന്തായാലും ആ സംഭവം അദ്ദേഹത്തിന്റെ സ്വഭാവത്തിൽ വലിയ മാറ്റ മാണ് വരുത്തിയത്. "നിങ്ങൾക്കെങ്ങനെ ധൈര്യം വന്നു? നിങ്ങൾ ആരോടാണ് സംസാരിക്കുന്നതെന്നറിയാമോ?" എന്ന് കീഴ്ജീവനക്കാരോട് പറയുന്ന പതിവ് അദ്ദേഹം നിറുത്തി. ചില അത്യാവശ്യഘട്ടങ്ങളിൽ അങ്ങനെ പറഞ്ഞാൽത്തന്നെ അത് മറ്റേയാൾക്ക് പറയാനുള്ളത് മുഴു വനും കേട്ടതിനുശേഷം മാത്രമായിരിക്കും. എന്നാൽ പ്രധാനപ്പെട്ട കാര്യം ഇതൊന്നുമായിരുന്നില്ല. അന്നത്തെ സംഭവം കഴിഞ്ഞതിനുശേഷം ആ പ്രേതത്തെ ആരും കണ്ടിരുന്നില്ല. ജനറലിന്റെ ഓവർക്കോട്ടായിരുന്നു അതിന്റെ ലക്ഷ്യമെന്ന് ഇതിൽനിന്നും വ്യക്തമാണല്ലോ.... എന്തായാലും ആ പ്രേതം കോട്ട് തട്ടിപ്പറിച്ചതായി പിന്നീടാരും തന്നെ പറഞ്ഞിരുന്നില്ല... എങ്കിലും ചില 'സാമൂഹ്യപ്രവർത്തകർ'ക്ക് അടങ്ങിയിരിക്കാനായില്ല.. നഗ രത്തിലെ ചിലഭാഗങ്ങളിൽ ആ പ്രേതം ഇപ്പോഴും പ്രത്യക്ഷപ്പെടാറുണ്ടെന്ന് അവർ പറഞ്ഞുപരത്തി. വലിയ ഒരു കെട്ടിടത്തിന്റെ പിന്നിൽനിന്നും ഒരി ക്കൽ ആ പ്രേതം ഇറങ്ങിവരുന്നത് താൻ കണ്ടെന്ന് ഒരു പൊലീസുകാ രൻ ഉറപ്പിച്ചുപറഞ്ഞു. എന്നാൽ ആ പൊലീസുകാരൻ ഭീരുവും ദുർബ ലഹൃദയനുമായിരുന്നുവെന്നത് പരക്കെ അംഗീകരിക്കപ്പെട്ടിരുന്ന വസ്തു

തയാണ്. ഒരിക്കൽ ഏതോ സ്വകാര്യ വസതിയിൽനിന്നും പുറത്തേക്കു ചാടിയ ഒരു പന്നിക്കുട്ടി അയാളെ തട്ടിത്താഴെയിടുകപോലും ചെയ്തിട്ടുണ്ട്. അതുകണ്ടിട്ട് കുതിരവണ്ടിക്കാരെല്ലാം പൊട്ടിച്ചിരിച്ചുപോയി. ആ ധിക്കാരത്തിന് പൊലീസുകാരൻ അവർക്ക് ഒരു കോപ്പെക്ക് പിഴ ചുമത്തുകയും അങ്ങനെ കിട്ടിയ പണം കൊണ്ട് അയാൾ മൂക്കുപ്പൊടി വാങ്ങുകയും ചെയ്തിരുന്നു. അയാൾക്ക് പ്രേതത്തെ തടഞ്ഞു നിർത്താനുള്ള ശക്തിയില്ലായിരുന്നു. എങ്കിലും ഇരുട്ടിൽ അയാളതിനെ പിൻതുടർന്നത്രെ. പെട്ടെന്ന് ആ പ്രേതം നടത്തം നിറുത്തി തിരിഞ്ഞുനിന്നു ചോദിച്ചു. "തനിക്കെന്താണ് വേണ്ടത്?" സാധാരണയായി ഒരു മനുഷ്യനുമുണ്ടാവാത്ത വിധം വളരെ വലിയ മുഷ്ടി ചുരുട്ടിക്കാണിച്ചുകൊണ്ടാണ് പ്രേതം അങ്ങനെ ചോദിച്ചത്. "ഒന്നും വേണ്ടേ..." എന്നുപറഞ്ഞ് പൊലീസുകാരൻ പിന്തിരിഞ്ഞു. ആ പ്രേതത്തിന് നല്ല ഉയരവും കട്ടിയുള്ള വലിയ മീശയുമുണ്ടായിരുന്നത്രെ.... പാലത്തിനടുത്തേക്ക് നടന്നുകൊണ്ടിരുന്ന അത് പെട്ടെന്നുതന്നെ ഇരുട്ടിൽ മറയുകയാണുണ്ടായത്......

www.ingramcontent.com/pod-product-compliance
Lightning Source LLC
LaVergne TN
LVHW100410051026
849518LV00003B/1225
* 9 7 8 8 1 2 6 2 0 7 3 0 5 *
9 788126 207305